AF518836

ബുൾഡോസർ
റിപ്പബ്ലിക്

Buldosor Republic
Politics

Dr. Shijukhan

CHINTHA PUBLISHERS
Thiruvananthapuram

© Rights Reserved
All rights reserved. No part of this publication may be reproduced, transmitted, or stored in a retrieval system in any form or by any means without the written permission of the publisher.

First Edition
March 2023

Published & Typesetting
Chintha Publishers, Thiruvananthapuram

Printed at
Time Offset Printers, Thiruvananthapuram

Cover Design
Vinod Mangoes

ISBN : 978-93-94753-89-1

CO - 3245 / 6410

Email: chinthapublishers@gmail.com
Website: www.chinthapublishers.com

A version is available at National Libraries
Kolkata, Mumbai, Chennai and Delhi

Distribution
DESHABHIMANI BOOKHOUSE
H O Thiruvananthapuram 695035

Branch
Head Office Kunnukuzhi • Statue Thiruvananthapuram
KSRTC Bus Terminal Thampanoor • Saphalyam Complex Thiruvananthapuram
KSRTC Bus Station Alappuzha • KSRTC Bus Station Ernakulam
Machingal Lane Thrissur • IG Road Kozhikode
Mavoor Road Kozhikode • NGO Union Building Kannur
Central Bus Terminal Complex Thavakkara Kannur

ബുൾഡോസർ റിപ്പബ്ലിക്

ഡോ. ഷിജൂഖാൻ

ചിന്ത പബ്ലിഷേഴ്സ്
തിരുവനന്തപുരം-695 035

ഡോ. ഷിജൂഖാൻ

നെടുമങ്ങാട് താലൂക്കിലെ പത്താംകല്ല് കണിയാംകടവിൽ ജനിച്ചു. അടിയന്തരാവസ്ഥ സമരഭടനായിരുന്ന അന്തരിച്ച പേട്ട ജഹാന്റെയും എഫ് സൈദാ ബീവിയുടേയും മകൻ. നെടുമങ്ങാട് ഗവ. കോളേജിൽനിന്ന് ചരിത്രത്തിൽ ബിരുദം, യൂണിവേഴ്സിറ്റി കോളേജിൽനിന്ന് മലയാള ഭാഷയിലും സാഹിത്യത്തിലും ബിരുദാനന്തര ബിരുദം, തിരുവനന്തപുരം പ്രസ് ക്ലബ്ബിൽനിന്ന് ജേർണലിസത്തിൽ ബിരുദാനന്തര ഡിപ്ലോമ, യു ജി സി നെറ്റ് എന്നിവ കരസ്ഥമാക്കി. കേരള സർവ്വകലാശാലയിൽനിന്ന് മലയാളത്തിൽ ഡോക്ടറേറ്റ് നേടി. ഡി വൈ എഫ് ഐ തിരുവനന്തപുരം ജില്ലാ സെക്രട്ടറിയും സംസ്ഥാന ജോയിന്റ് സെക്രട്ടറിയുമാണ്. കേരള സംസ്ഥാന ശിശുക്ഷേമ സമിതിയുടെ ജനറൽ സെക്രട്ടറിയായി പ്രവർത്തിച്ചിട്ടുണ്ട്. സംസ്ഥാന സ്കൂൾ കരിക്കുലം കമ്മിറ്റി അംഗമാണ്. എസ് എഫ് ഐ സംസ്ഥാന പ്രസിഡന്റ്, അഖിലേന്ത്യാ വൈസ് പ്രസിഡന്റ്, കേരള സർവ്വകലാശാല സിന്റിക്കേറ്റ് മെമ്പർ എന്നീ നിലകളിൽ പ്രവർത്തിച്ചു. സി പി ഐ (എം) തിരുവനന്തപുരം ജില്ലാ കമ്മിറ്റി അംഗമാണ്. ജർമ്മനിയിൽ നടന്ന അന്താരാഷ്ട്ര സാംസ്കാരിക വിനിമയ പരിപാടിയിലും ബംഗ്ലാദേശിൽ ചേർന്ന രാജ്യാന്തര ചരിത്ര പൈതൃക സമ്മേളനത്തിലും പങ്കെടുത്തു. മികച്ച ലേഖനത്തിനുള്ള കാസർഗോഡ് തുളുനാട് പുരസ്കാരം, മികച്ച യാത്രാ വിവരണത്തിനുള്ള തിരുവനന്തപുരം വിതുരോദയം പുരസ്കാരം എന്നിവ ലഭിച്ചു.

കൃതികൾ: *ജനകീയവിദ്യാഭ്യാസം ഒരു വിദ്യാർത്ഥിപക്ഷ ഇടപെടൽ, നിരോധനങ്ങളുടെ റിപ്പബ്ലിക്, കുട്ടികളുടെ അവകാശങ്ങൾ ഒരു സത്യവാങ്മൂലം, പൗരത്വവും പൗരത്വ നിയമവും* (ലേഖനസമാഹാരങ്ങൾ) *താലിബാൻ മുദ്രകൾ വിചാരണ ചെയ്യപ്പെടുന്നു* (എഡിറ്റർ, ലേഖന സമാഹാരം), *ഗുട്ടെൻ മോർഗൻ, ധാക്ക എക്സ്പ്രസ്* (യാത്രാവിവരണങ്ങൾ), *നിലാവ്, മാലേഗാവിലെ കൂട്ടുകാരൻ* (കവിതാ സമാഹാരങ്ങൾ). ശ്രദ്ധേയരായ മലയാളികളുടെ യൗവനകാലം അടയാളപ്പെടുത്തി കാൽ ലക്ഷം കോപ്പി വിറ്റഴിക്കപ്പെട്ട *യൗവനത്തിന്റെ പുസ്തകം* എന്ന കൃതിയുടെ എഡിറ്റർ.

ജീവിതപങ്കാളി : ഡോ. സിബി എൻ
(കെ എ എസ് ഓഫീസർ ട്രെയിനി)
മകൻ : ആഷിൻ ഗസൽ
സഹോദരങ്ങൾ : ഷഫീഖ് (ജീവിച്ചിരിപ്പില്ല), ഷീജ സമീർ
വിലാസം : ഷിജു മൻസിൽ, പത്താംകല്ല്,
മഞ്ച തപാൽ, നെടുമങ്ങാട്, പിൻ: 695541
മൊബൈൽ : 09446326095
Email : shijukhanpathamkallu@gmail.com
facebook : http://www.facebook.com/shijukhan.pathamkallu

ഉള്ളടക്കം

പ്രസാധകക്കുറിപ്പ്

മതനിരപേക്ഷ ഇന്ത്യയുടെ അടിസ്ഥാന മൂല്യങ്ങളെ ത്തന്നെ റദ്ദ് ചെയ്യുന്ന രീതിശാസ്ത്രമാണ് നരേന്ദ്രമോദി ഭരണകൂടവും സംഘപരിവാർ സംഘടനകളും അനുവർ ത്തിച്ചു പോരുന്നത്. ഭരണകൂട അധികാര സംവിധാന ങ്ങളും മതവിശ്വാസങ്ങളുമെങ്ങനെയാണ് ജനാധിപത്യ സമൂഹത്തെ ശിഥിലമാക്കുന്നതെന്നുള്ള അന്വേഷണ പാഠ ങ്ങളാണ് സമകാലിക സംഭവവികാസങ്ങളോരോന്നും. അതിസൂക്ഷ്മമായ വിശകലനങ്ങളും രാഷ്ട്രീയ ജാഗ്രതയോ ടെയുള്ള പ്രതിരോധങ്ങളും അനിവാര്യമായ ഇത്തരം വിഷ യങ്ങളോടുള്ള പ്രതികരണങ്ങളാണ് ഡോ. ഷിജൂഖാൻ രചിച്ച *ബുൾഡോസർ റിപ്പബ്ലിക്.*

ചിന്ത പബ്ലിഷേഴ്സ്

നിഷ്കാസിതരാകുന്ന മതന്യൂനപക്ഷങ്ങൾ

പ്രണയദിനത്തിൽ പശുക്കളെ ആലിംഗനം ചെയ്യാനുള്ള കേന്ദ്ര സർക്കാരിന്റെ ആഹ്വാനത്തെ അല്പം കൗതുകത്തോടെയാണ് ജനങ്ങൾ വീക്ഷിച്ചത്. പക്ഷേ, ആ കൗതുകം കടുത്ത ഭീതിയിലേക്ക് വഴിമാറിയത് വളരെപ്പെട്ടെന്നാണ്. ഹരിയാനയിലെ ഭിവാനി ജില്ലയിൽ നിന്നുള്ള ഒരു സംഭവമാണ് അതിന് ആധാരം. ഭിവാനിയിൽ പശുക്കടത്ത് ആരോപിച്ച് രണ്ട് ചെറുപ്പക്കാരെ ചുട്ടുകൊന്നിരിക്കുന്നു. ജുനൈദ്, നാസിർ എന്നിവരെ അവർ സഞ്ചരിച്ച വാഹനത്തിന് തീ കൊളുത്തി കൊല്ലുകയായിരുന്നു. ആറ് ബജ്റംഗ് ദൾ പ്രവർത്തകർക്കെതിരെ കേസെടുത്തു. 'പശുപ്രണയ'ത്തിന് 'നരഹത്യ' എന്ന അർത്ഥം കൂടി കല്പിക്കപ്പെട്ടിരിക്കുന്നു. ഉത്തർപ്രദേശിലെ ബന്ദ ജില്ലയിൽ നിർമാണം നടന്നുകൊണ്ടിരുന്ന ബൽഖണ്ഡിനായക് മുസ്ലീം പള്ളിയുടെ രണ്ടാം നില തകർക്കപ്പെട്ടിരിക്കുന്നു. പോലീസിന്റെ സാന്നിധ്യത്തിൽ ബജ്റംഗ്ദൾ, വിശ്വഹിന്ദു പരിഷത്ത് പ്രവർത്തകരാണ് അക്രമം നടത്തിയത്. ബാബറി പള്ളി തകർത്ത കേസിൽ ഹിന്ദുത്വ ശക്തികൾക്ക് അനുകൂലമായി വിധിപറഞ്ഞ സുപ്രീം കോടതി ജഡ്ജി ആന്ധ്രാപ്രദേശ് ഗവർണറായ വാർത്ത വന്ന് ദിവസങ്ങൾക്കുള്ളിൽ സംഭവിക്കുന്നത് ഇതൊക്കെയാണ്. കാശിയിലെ ഗ്യാൻ വാപി പള്ളിക്കും മഥുരയിലെ ഷാഹി ഈദ് ഗാഹ് പള്ളിക്കും എന്താണ് സംഭവിക്കാൻ പോകുന്നതെന്ന് വ്യക്തമാണ്. ഛത്തീസ്ഗഡ് നാരായൺപൂരിലെ സേക്രട്ട് ഹാർട്ട് ചർച്ച് തച്ചുടയ്ക്കുന്ന ദൃശ്യങ്ങൾ ഹൃദയഭേദകമാണ്. സംസ്ഥാനത്ത് ആയിരക്കണക്കിന് ക്രിസ്ത്യാനികൾ ആക്രമിക്കപ്പെടുകയും ആട്ടിയോടിക്കപ്പെടുകയും ചെയ്തു. മതപരിവർത്തനം നടത്തുന്നു എന്ന ആരോപണമുയർത്തിയാണ് സംഘപരിവാർ ആക്രമണം. മതപരിവർത്തന നിരോധനത്തിന്റെ പേരിൽ ഉത്തർപ്രദേശ്, ഉത്തരാ

ഖണ്ഡ്, മധ്യപ്രദേശ്, കർണാടക തുടങ്ങിയ പല സംസ്ഥാനങ്ങളിലും ബി ജെ പി സർക്കാരുകൾ നടപ്പിലാക്കുന്ന കരിനിയമം ഭരണഘടനാ വിരുദ്ധമാണ്. അസമിൽ പൗരത്വ രജിസ്റ്റർ നടപ്പാക്കിയപ്പോൾ 19 ലക്ഷം മനുഷ്യരാണ് പൗരത്വ ഭീഷണി നേരിട്ടത്. ഇപ്പോൾ ശൈശവ വിവാഹത്തിനെതിരെ എന്ന പേരിൽ ബി ജെ പി സർക്കാർ ന്യൂനപക്ഷ കുടുംബങ്ങളെ വേട്ടയാടുകയാണ്. ദേശീയ കുടുംബാരോഗ്യ സർവ്വേ പ്രകാരം 18 വയസ്സിനു മുമ്പ് അസമിലെ 32% സ്ത്രീകൾ വിവാഹിതരാകുന്നു. ശൈശവ വിവാഹത്തിന് കാരണമായ സാമൂഹിക സാഹചര്യങ്ങൾക്കെതിരെ ഒരുവിധ ബോധവൽക്കരണവും അസം സർക്കാർ നടത്തുന്നില്ല. പകരം വിവാഹം കഴിഞ്ഞ് 10 വർഷം കഴിഞ്ഞ കുടുംബങ്ങളെപ്പോലും കേസിൽ കുടുക്കുന്നു. ഗർഭിണികളായ സ്ത്രീകളുടെയും ഭർത്താവിന്റെയും കുടുബാംഗങ്ങളുടെയും പേരും വിലാസവും വിശദാംശങ്ങളുമടങ്ങിയ ലിസ്റ്റ് പരസ്യപ്പെടുത്തിയിരിക്കുന്നു. ഇത്തരം ആശങ്കയ്ക്കു നടുവിൽ സ്ത്രീകൾ ഗർഭഛിദ്രത്തിനും ഗർഭം അലസിപ്പിക്കാനുള്ള ഗുളികകളുടെ ഉപഭോഗത്തിനും നിർബന്ധിതരാകുന്നു. പൊലീസ്‌വേട്ട ഭയന്ന് ഗർഭിണികൾ ആശുപത്രിയിലെ സാധാരണ പരിശോധനയ്ക്കുപോലും പോകാതിരിക്കുന്ന സാഹചര്യം ഗുരുതരമാണ്. ഇത് കടുത്ത ആരോഗ്യ പ്രശ്നങ്ങളിലേക്ക് കൊണ്ടെത്തിക്കും. വികലമായ നിലയിൽ നിയമങ്ങൾ നടപ്പാക്കുമ്പോൾ ദൂരവ്യാപകമായ പ്രത്യാഘാതമാണ് സ്ത്രീകളും കുടുംബങ്ങളും നേരിടേണ്ടിവരുന്നത്. വ്യക്തികളുടെ സ്വകാര്യത മാനിക്കാതെ സർക്കാർ സ്വീകരിക്കുന്ന നടപടികൾ കുടുംബങ്ങളെ ആശങ്കയിലാഴ്ത്തിയിരിക്കുന്നു. മൂവായിരത്തോളം പേർക്കെതിരെ നടപടി സ്വീകരിച്ച വാർത്ത പുറത്തുവന്നിരിക്കുന്നു.

ന്യൂനപക്ഷവും രാഷ്ട്രവും

ഇന്ത്യയിലെ ഭരണകക്ഷിയായ ബി ജെ പി യിൽ നിന്ന് ലോകസഭയിലോ രാജ്യസഭയിലോ ഒരു മുസ്ലീമുമില്ല. അതുകൊണ്ടു തന്നെ മന്ത്രിസഭയിലും മുസ്ലീം പ്രാതിനിധ്യം സംപൂജ്യമാണ്. ജനസംഖ്യയിൽ ഏകദേശം പതിനെട്ടുകോടിവരുന്ന ഒരു സാമൂഹ്യ വിഭാഗത്തെ സർക്കാർ എങ്ങനെ സമീപിക്കുന്നു എന്നതിന്റെ പ്രത്യക്ഷ ഉദാഹരണമാണിത്. കേവലം മതപരമായ പ്രാതിനിധ്യം എന്ന നിലയിലല്ല. വ്യത്യസ്ത സാമൂഹ്യ പശ്ചാത്തലത്തിൽ നിന്ന് വരുന്നവരുടെ വേദി എന്ന നിലയിലും ജനപ്രാതിനിധ്യ സഭകളിലെ പങ്കാളിത്തം പ്രധാനമാണ്. സർക്കാർ ഉദ്യോഗങ്ങൾ, തന്ത്ര പ്രാധാന്യമുള്ള തസ്തികകൾ, സ്ഥാനങ്ങൾ എന്നിവിടങ്ങളിൽ വ്യത്യസ്ത വിഭാഗങ്ങളിൽ നിന്നുള്ളവർക്ക് അവസരമുണ്ടാവണം. 1953 സെപ്തംബർ 20 ന് ഇന്ത്യയിലെ മുഖ്യമന്ത്രിമാർക്ക് ജവഹർലാൽ നെഹ്റു അയച്ച കത്തിൽ ന്യൂനപക്ഷങ്ങളെ ചേർത്തുപിടിക്കേണ്ട ആവശ്യകത ചൂണ്ടിക്കാട്ടുന്നു. സർക്കാർ സേവന മേഖലകളിൽ നിന്നും ന്യൂനപക്ഷ വിഭാഗത്തിന്റെ പ്രാതിനിധ്യം കുറയുന്നത് ആശ

ങ്കയാണെന്ന് അദ്ദേഹം നിരീക്ഷിക്കുന്നു. നിയമന കാര്യങ്ങളെക്കുറിച്ചു പറയുമ്പോൾ സംവരണം, പ്രത്യേക പരിഗണന എന്നിവ ആവശ്യമുണ്ടോ എന്ന സംശയിക്കുന്നവർക്ക് കൃത്യമായ മറുപടി നെഹ്റു നൽകുന്നുണ്ട്. ഇതൊന്നും വേണ്ട എന്നു പറയാൻ എളുപ്പമാണെന്നും സമുദായികതയെ താനും ഇഷ്ടപ്പെടുന്നില്ലെന്നും ഓർമ്മിപ്പിച്ചശേഷം, എന്നാൽ ഇന്ത്യയെപ്പോലെ വിശാലവും സങ്കരവും വൈവിദ്ധ്യങ്ങൾ നിറഞ്ഞതുമായ ഒരു നാട്ടിൽ എല്ലാ മതങ്ങളും എല്ലാ പ്രദേശങ്ങളും തമ്മിലൊരു പ്രാതിനിധ്യ സന്തുലനം ഉണ്ടാകേണ്ടത് അത്യാവശ്യമാണെന്ന് അദ്ദേഹം വിശദീകരിച്ചു. ഈ സന്തുലനം അട്ടിമറിക്കാനോ ഒരു വശത്തിന് നഷ്ടമുണ്ടാക്കി മറ്റൊരു വിഭാഗത്തിന് പ്രാധാന്യം നൽകാനോ പാടില്ലെന്ന് അദ്ദേഹം മുന്നറിയിപ്പു നൽകി. മുസ്ലീം, ക്രിസ്ത്യൻ, ഇതര ന്യൂനപക്ഷങ്ങൾ എന്നിവരുടെ ആശങ്കയെ അദ്ദേഹം കണക്കിലെടുക്കുന്നു. അവർക്കുമേൽ ആധിപത്യം അടിച്ചേൽപ്പിച്ചാൽ അത് കൂടുതൽ പ്രശ്നം സൃഷ്ടിക്കുമെന്നും ഐക്യഭാരതം കെട്ടിപ്പടുക്കലാണ് നമ്മുടെ കടമയെന്നും കൂട്ടിച്ചേർത്തു. സ്വാതന്ത്ര്യത്തിന് ഏഴര പതിറ്റാണ്ട് പ്രായമായിട്ടും നെഹ്റുവിന്റെ വാക്കുകൾ ഇന്നും പ്രസക്തമാണ്. എന്നാൽ ഇന്നും ആർ എസ് എസ് ന്യൂനപക്ഷങ്ങളെ ക്രൂരമായി നേരിടുകയാണ്. ഗുജറാത്തിലെ ബിൽകിസ് ബാനുവിനെ ആക്രമിച്ച കൊടുംകുറ്റവാളികളെ ജയിൽ മോചിതരാക്കിയത് ബിജെപി സർക്കാരാണ്. ഹരിയാനയിൽ നമസ്കാരത്തിലേർപ്പെട്ടവരെ സംഘപരിവാർ വേട്ടയാടി. ചിക്കമാംഗ്ലൂരിൽ 150 വർഷം പഴക്കമുള്ള സെന്റ് ജോസഫ് പള്ളി ആക്രമിച്ചു. ന്യൂനപക്ഷങ്ങൾക്ക് നേരായ ഭീഷണി തുടരുകയാണ്.

കേന്ദ്രബജറ്റും ന്യൂനപക്ഷങ്ങളും

നവഉദാരവൽക്കരണ നയങ്ങൾ നടപ്പാക്കാനുള്ള എളുപ്പവഴിയാണ് ബജറ്റ് എന്ന് സംഘപരിവാറിന് അറിയാം. 1991 ലെ കേന്ദ്ര ബജറ്റിലൂടെ പ്രഖ്യാപിച്ച പുത്തൻ സാമ്പത്തിക നയത്തിന്റെ തുടർച്ചയാണ് പിൽക്കാലത്ത് കോൺഗ്രസ് ബി ജെ പി സർക്കാരുകളുടെ ചെയ്തികൾ. ഇടതുപക്ഷത്തിന്റെ പിന്തുണയോടെ ഭരിച്ച ഒന്നാം യുപിഎ സർക്കാരിന്റെ കാലത്ത് ജനദ്രോഹ നടപടികളെ ഒരു പരിധിവരെ തടഞ്ഞു നിർത്താൻ ഇടതുപക്ഷത്തിന് കഴിഞ്ഞു. എന്നാൽ രണ്ടാം യുപിഎ സർക്കാരും ഒന്നും രണ്ടും തവണ അധികാരത്തിൽ വന്ന മോദി സർക്കാരും സാമൂഹ്യക്ഷേമം, വിദ്യാഭ്യാസം എന്നിവയെ കാര്യമായി പരിഗണിച്ചതേയില്ല. 2023–24 ബജറ്റിലും സാമൂഹ്യരംഗത്തെ നിക്ഷേപം കൂടിയില്ല. ജനങ്ങളുടെ വാങ്ങൽ ശേഷി വർദ്ധിപ്പിക്കാൻ ഒരു നടപടിയുമില്ല. ന്യൂനപക്ഷങ്ങൾക്കുള്ള വിഹിതം നിർദ്ദാക്ഷിണ്യം വെട്ടിക്കുറച്ചത് സംഘപരിവാറിന്റെ രാഷ്ട്രീയ നിലപാടാണ്. കഴിഞ്ഞ ബജറ്റിൽ 5020.5 കോടിയായിരുന്നു വിഹിതം. ഇത്തവണ 3097 കോടിയായി കുറച്ചു. പ്രീമെട്രിക് സ്കോളർഷിപ്പ് ഇനത്തിൽ 1425 കോടി രൂപ ഇത്തവണ 433 കോടിയാക്കി കുറച്ചു. മദ്രസ, ഇതരന്യൂ

നപക്ഷ വിദ്യാഭ്യാസ പദ്ധതിക്കുള്ള തുക 160 കോടിയിൽ നിന്ന് 10 കോടിയാക്കി ചുരുക്കി. വിദ്യാഭ്യാസ ശാക്തീകരണത്തിനുള്ള തുക 2515 കോടിയിൽ നിന്ന് 1689 കോടിയാക്കി മാറ്റി. കേന്ദ്ര സംസ്ഥാന സർക്കാർ പരീക്ഷകളുടെ പ്രിലിമിനറി പാസായവർക്കുള്ള പ്രോത്സാഹന പദ്ധതി എടുത്തുകളഞ്ഞു. സൗജന്യ കോച്ചിംഗ് പദ്ധതിക്ക് കഴിഞ്ഞ തവണ 79 കോടി രൂപ മാറ്റിവച്ചു. എന്നാൽ അതിൽ 49 കോടിയുടെ കുറവാണ് ഇത്തവണ വരുത്തിയത്. റിസർച്ച്, സ്കിൽ ഡവലപ്മെന്റ് , എന്നിവയ്ക്കായുള്ള വിഹിതവും വെട്ടിക്കുറച്ചു. ഇന്ത്യയിലെ ന്യൂനപക്ഷങ്ങളിൽ ഏറിയ പങ്കും സാധാരണക്കാരും പാവപ്പെട്ടവരുമാണ്. ഉയർന്ന സാമ്പത്തിക ജാതി ശ്രേണിയിൽ നിൽക്കുന്നത് വളരെ കുറച്ചു പേരാണ്. ബജറ്റ് വിഹിതം വെട്ടിക്കുറയ്ക്കുന്നതിലൂടെ പ്രത്യാഘാതം നേരിടേണ്ടിവരുന്നത് പാവപ്പെട്ടവരാണ്. ദളിത് ന്യൂനപക്ഷ വിഭാഗങ്ങൾക്ക് സഹായകമായ സ്കോളർഷിപ്പ് പദ്ധതികൾ അട്ടിമറിക്കുന്നതും ഇതിനോടൊപ്പം വായിക്കേണ്ടതാണ്. നൽകിക്കൊണ്ടിരുന്ന സ്കോളർഷിപ്പുപോലും എട്ടും പത്തും മാസം കുടിശ്ശിക വരുത്തിയാണ് വിതരണം ചെയ്തത്. മോദി സർക്കാരിന്റെ കാലത്ത് ഒരു ഘട്ടത്തിലും സമയബന്ധിതമായി സ്കോളർഷിപ്പ് നൽകിയില്ല. ന്യൂനപക്ഷ വിഭാഗത്തിലെ മിടുമിടുക്കരായ എം ഫിൽ പി എച്ച് ഡി വിദ്യാർത്ഥികൾക്ക് അനുവദിക്കപ്പെട്ട മൗലാന ആസാദ് ഫെലോഷിപ്പ് പത്തു മാസമായി കിട്ടാതെ വന്നപ്പോൾ അത് വ്യാപകമായ പരാതിക്കിടയാക്കി. തുടർന്ന് പാർലമെന്റിൽ ഉയർന്ന ചോദ്യത്തിന് മറുപടിയായി കേന്ദ്രമന്ത്രി സ്മൃതി ഇറാനി അറിയിച്ചത്, ഈ പദ്ധതി തന്നെ നിർത്തലാക്കിയെന്നാണ്. മഹാനായ മൗലാന അബ്ദുൽകലാം ആസാദിന്റെ പേരിലുള്ള ഫെലോഷിപ്പിനോടുമാത്രം ഈ അയിത്തമെന്തിനാണ്? ഒന്നു മുതൽ പത്തുവരെ ക്ലാസ്സുകളിലെ ഒബിസി വിഭാഗത്തിലെ കുട്ടികൾക്കുള്ള പ്രീമെട്രിക് സ്കോളർഷിപ്പും ഇല്ലാതാവുകയാണ്. അതിന്റെ ആദ്യപടിയായി ഒന്നുമുതൽ എട്ടുവരെ ക്ലാസ്സുകളിലെ കുട്ടികൾക്ക് സ്കോളർഷിപ്പ് നിർത്തലാക്കി. 80% ത്തിലധികം മാർക്കുള്ള രണ്ടര ലക്ഷം വരുമാന പരിധിയിലെ കുടുംബങ്ങളിലെ കുട്ടികൾക്ക് വർഷം 1500 രൂപയാണ് സ്കോളർഷിപ്പ്. കേന്ദ്ര സർക്കാർ ഒഴിവാക്കിയ ഒന്നുമുതൽ എട്ടുവരെ ക്ലാസ്സുകളിലെ കുട്ടികളെ ഉൾപ്പെടുത്തി കേരളം ഈ പദ്ധതി നടപ്പിലാക്കുമെന്ന പിണറായി സർക്കാരിന്റെ നിലപാട് രാജ്യം വളരെ പ്രാധാന്യത്തോടെയാണ് കാണുന്നത്. 1.25 ലക്ഷം കുട്ടികൾക്കായി 18.75 കോടി രൂപയാണ് കേരള സംസ്ഥാനം അധികമായി ചിലവാക്കുക. ഇതിന് പുറമെ 9, 10 ക്ലാസ്സിലെ കുട്ടികൾക്കുള്ള ആകെ തുകയിൽ 40 ശതമാനം സംസ്ഥാന വിഹിതമാണ്.

സാമ്പത്തിക സാമൂഹിക പിന്നോക്ക അവസ്ഥ നേരിടുന്നവരെ കൂടുതൽ പിന്നോക്കാവസ്ഥയിലേക്ക് തള്ളുന്നതാണ് കേന്ദ്രനയം. ദേശീയ തൊഴിലുറപ്പു പദ്ധതി, ആരോഗ്യ മേഖല, വിദ്യാഭ്യാസം എന്നിവയ്ക്കുള്ള വിഹിതവും കേന്ദ്ര സർക്കാർ വെട്ടിക്കുറച്ചു. കേരളത്തിലെ സാമൂഹിക മേഖലയിൽ നിക്ഷേപം വർദ്ധിപ്പിക്കുകയും ജനങ്ങളെ ശാക്തീകരിക്കുക

യുമാണ് എൽഡിഎഫ് സർക്കാരിന്റെ ബജറ്റിന്റെ സവിശേഷത. എന്നാൽ കോർപ്പറേറ്റുകൾക്കും അതി സമ്പന്നർക്കും ആഹ്ലാദദായകമായ ബജറ്റാണ് കേന്ദ്ര സർക്കാർ മുന്നോട്ടു വയ്ക്കുന്നത്. രാജ്യത്തെ മഹാഭൂരിപക്ഷം നികുതി ദായകർക്കും ഇരുട്ടടിയാണ്. ജനവിരുദ്ധ നയങ്ങൾ മറച്ചുപിടിക്കാനാണ് അവർ 'രാജ്യസ്നേഹം' വിളമ്പുന്നത്.

പിൻകവിത:

രാജ്യം സ്വന്തമാക്കിവെച്ചിട്ട് നിങ്ങൾ
രാജ്യസ്നേഹം ഞങ്ങൾക്ക് തന്നു,
ശരീരത്തെ അസ്വാസ്ഥ്യംകൊണ്ട് ജ്വലിപ്പിക്കുന്ന
മനസ്സിനെ കത്തുപിടിപ്പിക്കുകയും ചെയ്യുന്ന
പക്ഷേ ആഹാരം പാകം ചെയ്യാനുള്ള
അടുപ്പുകത്തിക്കാൻ അത് കൊള്ളില്ല,
രാജ്യം തീയിടാനേ കൊള്ളൂ.
അതും നിങ്ങൾ തന്നെ കൈയിൽ വച്ചോളൂ
തെരഞ്ഞെടുപ്പ് പ്രചാരണത്തിൽ
അത് നിങ്ങളെ സഹായിച്ചേക്കും.

(പ്രഗൽപ രഞ്ജൻ ഭഗവതി – അസം)

ഭരണഘടനയെ വേട്ടയാടുമ്പോൾ

ഭരണഘടനയെന്ന മഹത്തായ നിയമസംഹിതയുടെ ശക്തിയിലാണ് ഇന്ത്യൻ യൂണിയൻ ശിരസ്സുയർത്തി നിൽക്കുന്നത്. ജനപ്രാതിനിധ്യസഭകളും സൈനിക ശക്തിയും ഉദ്യോഗസ്ഥവൃന്ദവും കോടതികളും രാഷ്ട്രത്തിന്റെ അവിഭാജ്യഘടകങ്ങളാണ്. എന്നാൽ അവയെ ചേരേണ്ടിടത്ത് ചേർക്കുന്നതും കർത്തവ്യനിരതമാക്കുന്നതും ഭരണഘടനയാണ്. രാഷ്ട്ര വ്യവഹാരത്തിന്റെ ആദർശവും സൗന്ദര്യവുമാണത്.

പൂർണ പദവിയുള്ള സംസ്ഥാനങ്ങളും കേന്ദ്രഭരണ പ്രദേശങ്ങളും നമുക്കുണ്ട്. സംസ്ഥാനങ്ങൾക്ക് തിരഞ്ഞെടുക്കപ്പെട്ട നിയമസഭയും മന്ത്രിസഭയുമുണ്ട്. എന്നാൽ കേന്ദ്രഭരണ പ്രദേശങ്ങളുടെ നിയന്ത്രണം യൂണിയൻ സർക്കാരിനാണ്. രാഷ്ട്രപതിക്കുവേണ്ടി അഡ്മിനിസ്ട്രേറ്ററോ ലഫ്റ്റനന്റ് ഗവർണറോ ചുമതല നിർവഹിക്കുന്നു. ദൽഹി, പുതുച്ചേരി, ലക്ഷദ്വീപ്, ആൻഡമാൻ & നിക്കോബാർ ദ്വീപുകൾ, ദാമൻ & ദിയു–ദാദ്ര നാഗർ ഹവേലി, ചണ്ഡീഗഡ് എന്നിവയാണ് ഈ ഗണത്തിലുള്ളത്. 2019 ൽ ജമ്മുകാശ്മീരിനെ ലഡാക്കും കാശ്മീരുമായി വിഭജിച്ചതോടെ ഇവയും ഇപ്പോൾ കേന്ദ്രഭരണ പ്രദേശങ്ങളാണ്. പുതുച്ചേരി, ദൽഹി എന്നിവിടങ്ങളിൽ നിയമസഭയും മന്ത്രിസഭയും ഉണ്ട്. രാഷ്ട്രീയ പ്രാധാന്യം, ജൈവവൈവിധ്യം, തന്ത്രപ്രാധാന്യം, സാസ്കാരിക സവിശേഷത എന്നിവയുടെ അടിസ്ഥാനത്തിൽ കേന്ദ്രഭരണ പ്രദേശങ്ങൾക്ക് പ്രത്യേക പരിഗണന നൽകിവരുന്നു. പുതുച്ചേരി (പോണ്ടിച്ചേരി) ഫ്രഞ്ച് കോളനിയും ദാമൻ & ദിയു – ദാദ്ര നാഗർ ഹവേലി എന്നിവ പോർച്ചുഗീസ് കോളനികളുമായിരുന്നു. ലക്കദിവ്, മിനിക്കോയ് & അമിനിദിവ് പ്രദേശങ്ങളെ 1973 ൽ 'ലക്ഷദ്വീപ്' എന്ന് നാമപ്രകരണം ചെയ്തു.

ഗവൺമെന്റ് ഓഫ് നാഷണൽ ടെറിറ്ററി ഓഫ് ദൽഹി ആക്റ്റ് – 1991 പ്രകാരം ദൽഹിയെ ദേശീയ തലസ്ഥാന പ്രദേശമായി (National Capital Teritory) പ്രഖ്യാപിച്ചു.

കേന്ദ്രഭരണ പ്രദേശങ്ങളെ സംബന്ധിക്കുന്ന നിയമം നിർമ്മിക്കുന്നത് പാർലമെന്റാണ്. സംസ്ഥാന ലിസ്റ്റ്, കൺകറന്റ് ലിസ്റ്റ് എന്നിവയിൽ ഉൾപ്പെട്ട വിഷയങ്ങളിൽ നിയമ നിർമാണത്തിന് പുതുച്ചേരി, ദൽഹി നിയമസഭകൾക്ക് അധികാരമുണ്ട്. എന്നാൽ പൊതുസമാധാനം, ഭൂമി, പോലീസ് എന്നിവ ഒഴികെയുള്ള വിഷയങ്ങളിന്മേലാണ് ദൽഹി നിയമസഭയുടെ അധികാരപരിധി. കേന്ദ്ര ഭരണപ്രദേശങ്ങളിൽ സദ്ഭരണം, പുരോഗതി, സമാധാനം എന്നിവ മുൻനിർത്തി റെഗുലേഷനുകൾ പുറത്തിറക്കാൻ രാഷ്ട്രപതിക്ക് അധികാരമുണ്ട്. നിയമസഭ രൂപീകരിക്കാത്ത കേന്ദ്രഭരണ പ്രദേശങ്ങളിലും നിയമസഭ പിരിച്ചുവിട്ട സ്ഥലങ്ങളിലും റെഗുലേഷനുകൾ പുറത്തിറക്കുന്നത് ഈ പ്രക്രിയ വഴിയാണ്.

ഇന്ത്യൻ ഭരണഘടനയുടെ പാർട്ട് എട്ടിലാണ് കേന്ദ്ര ഭരണ പ്രദേശങ്ങളെ പരാമർശിക്കുന്നത്. അനുഛേദം 239 മുതൽ 241 വരെയുള്ള വകുപ്പുകളിൽ അവയുടെ സ്വഭാവത്തെയും ഭരണനിർവഹണത്തെയും പ്രതിപാദിക്കുന്നു. അനുഛേദം 239 എ പ്രകാരം ചില കേന്ദ്ര ഭരണപ്രദശങ്ങളിൽ നിയമസഭയോ മന്ത്രിസഭയോ ഇതു രണ്ടുമോ രൂപീകരിക്കാം. ഭാഗികമായി നാമനിർദ്ദേശം ചെയ്യപ്പെട്ടതും ഭാഗികമായി തിരഞ്ഞെടുത്തതുമായ അംഗങ്ങൾ ആയിരിക്കും ഉണ്ടാകുക. പുതുച്ചേരി ഇതിന് ഉദാഹരണമാണ്. ഗവൺമെന്റ് ഓഫ് ഇന്ത്യ (അലോക്കേഷൻ ഓഫ് ബിസിനസ്) റൂൾ 1961 പ്രകാരം ആഭ്യന്തര മന്ത്രാലയം കേന്ദ്ര ഭരണ പ്രദേശങ്ങളുടെ മേൽനോട്ടം വഹിക്കുന്നു. നിയമനിർമ്മാണം, ധനകാര്യം, ബഡ്ജറ്റ് വിഹിതം, അഡ്മിനിസ്ട്രേറ്റർ–ലഫ്റ്റനന്റ് ഗവർണർ നിയമനങ്ങൾ ഇവയെല്ലാം ഈ മന്ത്രാലയത്തിന്റെ പരിധിയിൽ വരുന്നു. നിയമസഭയില്ലാത്ത കേന്ദ്രഭരണ പ്രദേശങ്ങളുടെ കാര്യത്തിൽ (ഉദാ. ലക്ഷദ്വീപ്, ആൻഡമാൻ & നിക്കോബാർ ദ്വീപുകൾ) യൂണിയൻ ഗവൺമെന്റിലെ ആഭ്യന്തര മന്ത്രിതല ഉപദേശക സമിതി പ്രവർത്തിക്കുന്നു. അഡ്മിനിസ്ട്രേറ്റർ, പാർലമെന്റ് അംഗം, തദ്ദേശ സ്ഥാപന പ്രതിനിധികൾ എന്നിവർ ഉൾപ്പെടുന്ന സമിതിയുടെ അദ്ധ്യക്ഷൻ ആഭ്യന്തര മന്ത്രിയാണ്.

അറബിക്കടലിൽ സ്ഥിതി ചെയ്യുന്നതും മലയാളം സംസാരിക്കുന്ന ജനവിഭാഗങ്ങൾ അധിവസിക്കുന്നതുമായ പ്രദേശമാണ് ലക്ഷദ്വീപ്. ഇവിടെ അഡ്മിനിസ്ട്രേറ്റർ ചുമതലവഹിക്കുന്ന പ്രഭുൽ ഗോഡ പട്ടേലിന്റെ ജനാധിപത്യ വിരുദ്ധ നിലപാടുകൾക്കെതിരെ പ്രതിഷേധമുയർന്നു. ദ്വീപിന്റെ തനത് സ്വഭാവത്തെ തകർക്കുന്ന നയങ്ങൾ വിമർശനത്തിന് കാരണമായി. ഈ സാഹചര്യത്തിലാണ് 'അഡ്മിനിസ്ട്രേറ്റർ' പദവി വീണ്ടും ചർച്ചാ വിഷയമായത്. ഭരണഘടനയിലെ അനുഛേദം

239 പ്രകാരം കേന്ദ്രഭരണ പ്രദേശങ്ങളിൽ രാഷ്ട്രപതി നിയമിക്കുന്ന ഉദ്യോഗസ്ഥനാണ് അഡ്മിനിസ്ട്രേറ്റർ. പ്രസ്തുത പ്രദേശങ്ങളുടെയോ അവിടുത്തെ ഭരണനിർവഹണത്തിന്റെയോ തലവനല്ല. രാഷ്ട്രപതി അദ്ദേഹത്തിന് യുക്തമെന്ന് തോന്നുന്ന ഒരാളെ തന്റെ ഏജന്റ് ആയി നിയമിക്കുന്ന ഉദ്യോഗപ്പേരാണ്. അതായത്, ഭരണഘടന അനുഛേദം 154 പ്രകാരം പ്രവർത്തിക്കുന്ന 'ഗവർണർ' പദവിക്ക് തുല്യമോ ആ സ്വഭാവത്തിലെ മറ്റൊരു പദവിയോ അല്ല അഡ്മിനിസ്ട്രേറ്റർ. സംസ്ഥാനത്തിന്റെ നിർവാഹാധികാരം ഗവർണറിൽ നിക്ഷിപ്തമായിരിക്കും എന്ന് വ്യവസ്ഥ ചെയ്യപ്പെട്ടിട്ടുണ്ടെങ്കിലും കേന്ദ്ര ഭരണ പ്രദേശങ്ങളുടെ നിർവാഹാധികാരം അഡ്മിനിസ്ട്രേറ്റർക്ക് നൽകുന്നില്ല. എന്നാൽ പ്രഭുൽ ഗോഡാ പട്ടേൽ അമിതാധികാര വാഴ്ച അടിച്ചേൽപ്പിക്കുകയും ജനവിരുദ്ധനയങ്ങൾ നടപ്പിലാക്കുകയും ചെയ്തു. തിരഞ്ഞെടുക്കപ്പെട്ട ജില്ലാ പഞ്ചായത്തിന്റെയും ദ്വീപ് പഞ്ചായത്തുകളുടെയും അവകാശങ്ങൾ കവർന്നെടുത്തു. ദ്വീപിൽനിന്നുള്ള പാർലമെന്റ് അംഗത്തെയും ജനപ്രതിനിധികളെയും അവഗണിച്ചു. അഡ്മിനിസ്ട്രേറ്ററുടെ ദുഷ്പെരുമാറ്റം ജനാധിപത്യ വാദികളെ അസ്വസ്ഥപ്പെടുത്തുന്നതാണ്. ലക്ഷദ്വീപ് സംഘർഷഭരിതമായ ഈ ഘട്ടത്തിൽ ഇന്ത്യയിലെ മറ്റ് കേന്ദ്രഭരണ പ്രദേശങ്ങളുടെ സ്ഥിതിയും വിലയിരുത്തപ്പെടേണ്ടതുണ്ട്. അതിൽ ഏറ്റവും പ്രധാനമാണ് രാജ്യതലസ്ഥാനമായ ദൽഹിയുടെ കാര്യം.

ഭരണഘടന അനുച്ഛേദം 239 എ എ പ്രകാരമാണ് ദൽഹിയുടെ പ്രത്യേക പദവി വ്യവസ്ഥ ചെയ്യപ്പെട്ടിരിക്കുന്നത്. 69-ാം ഭരണഘടന ഭേദഗതി പ്രകാരം 'ദേശീയ തലസ്ഥാന പ്രദേശം' എന്നാണ് ദൽഹി അറിയപ്പെടുക. ഇതനുസരിച്ച് 'അഡ്മിനിസ്ട്രേറ്റർ' പദവിയുടെ സ്ഥാനത്ത് 'ലഫ്റ്റനന്റ് ഗവർണർ' പദവി സൃഷ്ടിച്ചു. തിരഞ്ഞെടുക്കപ്പെട്ട ഒരു നിയമസഭയും മന്ത്രിസഭയുമുണ്ട്. ഇതിലെ അംഗങ്ങൾക്ക് ഏതൊരു സംസ്ഥാനത്തെ നിയമസഭയ്ക്കും അതിലെ അംഗങ്ങൾക്കും ബാധകമായ അവകാശങ്ങളുണ്ട്. ഭരണഘടനയിൽ ലഫ്റ്റനന്റ് ഗവർണറുടെ ചുമതല വിശദീകരിക്കുന്ന കാര്യങ്ങളിൽ അത് നിർവഹിക്കേണ്ടതും മറ്റു വിഷയങ്ങളിന്മേൽ മന്ത്രിസഭയുടെ സഹായത്താലും ഉപദേശത്താലും ഗവർണർ പ്രവർത്തിക്കേണ്ടതുമാണ്. ഏതെങ്കിലും വിഷയത്തിൽ മന്ത്രിസഭയും ലഫ്റ്റനന്റ് ഗവർണറും തമ്മിൽ അഭിപ്രായ വ്യത്യാസമുണ്ടായാൽ വിഷയം രാഷ്ട്രപതിക്ക് അയച്ച് തീരുമാനം കൈക്കൊള്ളണം. എന്നാൽ തിരഞ്ഞെടുക്കപ്പെട്ട ദൽഹി സർക്കാരിനെ ദുർബ്ബലപ്പെടുത്താൻ ഈ വ്യവസ്ഥ വ്യാപകമായി ദുരുപയോഗിക്കപ്പെട്ടു. കേന്ദ്രത്തിൽ ബി.ജെ.പി സർക്കാർ വന്നതിനു ശേഷം ലഫ്റ്റനന്റ് ഗവർണർക്ക് അമിതാധികാരം നൽകി. പല വിഷയങ്ങളിലും മുഖ്യമന്ത്രിയും ലഫ്റ്റനന്റ് ഗവർണറും തമ്മിൽ രൂക്ഷമായ അഭിപ്രായവ്യത്യാസമുണ്ടായി. 2018 ജൂലൈ 4 ന് ഇക്കാര്യ

ത്തിൽ സുപ്രീം കോടതിയുടെ (Govt.of NCT of Delhi V.Union of India (2018) 8 scc 501) നിർണായക വിധി വന്നു. ലഫ്റ്റനന്റ് ഗവർണർക്ക് സ്വതന്ത്ര തീരുമാനം എടുക്കാൻ അധികാരമില്ലെന്നും മന്ത്രി സഭയുടെ ഉപദേശങ്ങൾക്ക് വിധേയമായോ രാഷ്ട്രപതിയുടെ തീരുമാനത്തെ അടിസ്ഥാനപ്പെടുത്തിയോ മാത്രമേ പ്രവർത്തിക്കാവൂ എന്നും സുപ്രീം കോടതി പറഞ്ഞു. എന്നാൽ മോദി സർക്കാർ ഈ വിധിയെ മാനിക്കാതെ പെരുമാറുകയും നിയമഭേദഗതിയിലൂടെ ഗവൺമെന്റ് ഓഫ് നാഷണൽ കാപിറ്റൽ ടെറിറ്ററി ഓഫ് ദൽഹി ആക്ടിനെ വികൃതമാക്കുകയും ചെയ്തു. ജനാധിപത്യാവകാശമാണ് നടപ്പിലാക്കിയത്. ദൽഹി നിയമസഭയെ അപ്രസക്തമാക്കുന്ന നിയമമാണിത്. ജനപ്രതിനിധികളുടെ അധികാരത്തെ ദുർബലപ്പെടുത്താൻ ലഫ്റ്റനന്റ് ഗവർണർക്ക് അവസരം നൽകിയിരിക്കുന്നത് അപമാനകരമാണ്.

സംസ്ഥാന സർക്കാരിന്റെ ഏതൊരു ദൈനംദിന കാര്യത്തിലും തീരുമാനമെടുക്കാൻ ഈ നിയമം ലഫ്റ്റനന്റ് ഗവർണറെ പര്യാപ്തനാക്കുന്നു. നിയമത്തിലെ വകുപ്പ് 21 പ്രകാരം 'ഗവൺമെന്റ്' എന്നതിന് 'ലഫ്റ്റനന്റ് ഗവർണർ' എന്ന് അർത്ഥം കൂട്ടിച്ചേർക്കപ്പെട്ടു. അതോടെ തിരഞ്ഞെടുക്കപ്പെട്ട സംസ്ഥാന സർക്കാരിന്റെ പ്രവർത്തനങ്ങൾ ലഫ്റ്റനന്റ് ഗവർണറുമായി ആലോചിക്കാതെയോ അനുവാദം വാങ്ങാതെയോ നടപ്പിലാക്കാൻ കഴിയില്ല. ഇനിമേൽ നിയമനിർമ്മാണ സഭയിലെ ഏതു നിയമത്തിലും 'ഗവൺമെന്റ്' എന്നാൽ 'ലഫ്റ്റനന്റ് ഗവർണർ' ഉൾപ്പെടുന്നതായിരിക്കും എന്ന് വ്യവസ്ഥ ചെയ്യപ്പെട്ടു. വകുപ്പ് 44, വകുപ്പ് 33 പ്രകാരം, ദൽഹി സർക്കാരുമായി ബന്ധപ്പെട്ട് പുതിയ ചട്ടങ്ങൾ കൊണ്ടുവരുന്നതിന് നിയമസഭയ്ക്കുള്ള നിലവിലുള്ള അധികാരം ഇല്ലാതായി. വകുപ്പ് 44 പ്രകാരം ഏതൊരു ഭരണപരമായ പ്രവർത്തനങ്ങൾക്കും ലഫ്റ്റനന്റ് ഗവർണറുടെ അനുമതി തേടണമെന്ന് വ്യവസ്ഥ ചെയ്യപ്പെട്ടു. മന്ത്രിസഭയ്ക്കോ ഏതെങ്കിലും ഒരു മന്ത്രിക്കോ ചീഫ് കമ്മീഷണർക്കോ ദൽഹിയുമായി ബന്ധപ്പെട്ട ഏത് തീരുമാനമെടുക്കുന്നതിനും ലഫ്റ്റനന്റ് ഗവർണറുടെ അനുവാദം വാങ്ങേണ്ടതുമാണ്. തിരഞ്ഞെടുക്കപ്പെട്ട നിയമസഭയുടെ ദൈനംദിന പ്രവർത്തനത്തിൽ ഇടപെടാൻ കോടതികൾക്കു പോലും കഴിയില്ല എന്നിരിക്കെ നിയമസഭയുടെ അധികാരത്തിൽ ലഫ്റ്റനന്റ് ഗവർണർ കൈകടത്തുന്നത് അംഗീകരിക്കാനാവില്ല. ഇത്തരം കരിനിയമങ്ങൾ എതിർക്കപ്പെടേണ്ടതാണ്. ദൽഹി ഒരു സൂചനയാണ്. ഇന്ത്യയിലെ ഏത് സംസ്ഥാനത്തിന് നേർക്കും ഉയരാവുന്ന അതിക്രമമാണിത്.

കേന്ദ്ര ഭരണ പ്രദേശങ്ങളുടെ കാര്യത്തിൽ മോദി സർക്കാരിന്റെ കോർപ്പറേറ്റ് താൽപ്പര്യം മറനീക്കി പുറത്തു വരുന്ന മറ്റൊരു മേഖല ആൻഡമാൻ & നിക്കോബാർ ദ്വീപുകളെ സംബന്ധിച്ചാണ്. ജൈവവൈവിധ്യം

കൊണ്ടും നരവംശശാസ്ത്രപരമായും ഏറെ പ്രാധാന്യമുള്ള ഈ പ്രദേശത്തെ കമ്പോള ശക്തികൾക്ക് തീറെഴുതാനാണ് നീക്കം. നിലവിൽ 550 ദ്വീപുകളിൽ 37 ഇടത്താണ് ജനവാസമുള്ളത്. ഘോരവനങ്ങൾ, പർവ്വത പ്രദേശങ്ങൾ, അഗ്നി പർവ്വതങ്ങൾ, പവിഴപ്പുറ്റുകൾ, അപൂർവ്വ സസ്യ-ജന്തുജാലം എന്നിവ ഉൾക്കൊള്ളുന്ന ആവാസ വ്യവസ്ഥയാണ്. കേന്ദ്രഭരണ പ്രദേശങ്ങളിൽ ഏറ്റവും കൂടുതൽ വന്യജീവി സങ്കേതങ്ങൾ ഉള്ളതും ഏറ്റവും കൂടുതൽ ദേശീയ ഉദ്യാനങ്ങൾ ഉള്ളതും ഇവിടെയാണ്. 1956 മുതൽ ആദിവാസി സംരക്ഷിത മേഖലയായി പ്രഖ്യാപിക്കപ്പെട്ട പ്രദേശമാണ്. ആൻഡമാനീസ്, ജാരവ, സെന്റിലിനീസ്, നിക്കോബാറുകൾ, ഷോംബനുകൾ എന്നിവരാണ് പ്രധാന ജനവിഭാഗങ്ങൾ.

ലോകത്തു തന്നെ അത്യധികം പ്രാധാന്യമുള്ളതും എണ്ണം കുറഞ്ഞു കൊണ്ടിരിക്കുന്നതുമായ ആദിവാസി വിഭാഗങ്ങൾ അധിവസിക്കുന്ന പ്രദേശമാണിത്. യാതൊരു ശാസ്ത്രീയ പഠനമോ കൂടിയാലോചനയോ ഇല്ലാതെ വൻകിട പദ്ധതികൾ നടപ്പിലാക്കാനാണ് തീരുമാനം. നീതി ആയോഗിന്റെ സുസ്ഥിര വികസന രേഖയിലൂടെ ആദിവാസികളുടെ സമാധാനപരമായ ജീവിതത്തിനും ദ്വീപുകളുടെ ആവാസ വ്യവസ്ഥയ്ക്കും ഭംഗം വരുത്തുമോ എന്ന ആശങ്ക ഉയർന്നിട്ടുണ്ട്. പരിസ്ഥിതി ലോലപ്രദേശങ്ങളിൽ വൻകിട തീരദേശ നഗരം നിർമ്മിക്കലാണ് ലക്ഷ്യം. മെഡിക്കൽ സിറ്റി, ടൂറിസം ഹോസ്പിറ്റൽ, ഫിലിം സിറ്റി, റസിഡൻഷ്യൽ ബിൽഡിംഗുകൾ, സ്റ്റേഡിയങ്ങൾ, റോഡുകൾ, തീരപാതകൾ, ഫ്ളോട്ടിംഗ് റിസോർട്ട്, വിമാനത്താവളം തുടങ്ങിയവ വിഭാവന ചെയ്യപ്പെട്ടിരിക്കുന്നു. ആകെ 640 ച.കീ.മി റിസർവ് ഫോറസ്റ്റും 450 ച.കി.മീ ട്രൈബൽ റിസർവ് ഫോറസ്റ്റും ആണ് ദ്വീപിലുള്ളത്. പുതിയ 'സ്വതന്ത്ര വ്യാപാര പദ്ധതി' ആരംഭിക്കാനായി 32% റിസർവ് വനങ്ങളെ ഡീ റിസർവ് ചെയ്യാനും അവിടങ്ങളിലെ ഗോത്രവർഗക്കാരെ പുറത്താക്കാനും നീക്കമുണ്ട്. അന്താരാഷ്ട്ര പ്രാധാന്യമുള്ള ജൈവമേഖലയിലേക്കാണ് ഈ കടന്നുകയറ്റം നടക്കുന്നത്. പരിസ്ഥിതി പ്രവർത്തകരും രാഷ്ട്രീയ - സാമൂഹിക പ്രവർത്തകരും നിയമ വിദഗ്ദ്ധരും ചർച്ച ചെയ്യേണ്ട വിഷയമാണിത്.

ഫെഡറൽ മൂല്യങ്ങളെ സമ്പൂർണ്ണമായി തിരസ്ക്കരിച്ച സംഭവമായിരുന്നു ജമ്മുകാശ്മീരിന്റെ വിഭജനം. സ്വാതന്ത്ര്യലബ്ധിയുടെ കാലത്തു തന്നെ ഇന്ത്യയോട് കൂറു പ്രഖ്യാപിച്ച് നമുക്കൊപ്പം ചേർന്നവരാണ് കാശ്മീരി ജനത. എന്നാൽ അവരുടെ ആത്മാഭിമാനത്തെയാണ് മോദി സർക്കാർ ചോദ്യം ചെയ്തത്. ജമ്മുകാശ്മീർ വിഭജിച്ച് രണ്ട് വർഷം പിന്നിടുന്നു. ഭരണഘടന വിരുദ്ധമായ ഈ തീരുമാനത്തിനെതിരെ സി പി ഐ (എം) നേതാവ് മുഹമ്മദ് യൂസഫ് തരിഗാമി ഉൾപ്പടെയുള്ളവർ നൽകിയ റിട്ട് ഹർജികൾ (WP(c) No. 1210 of 2019 Mohd yusuf

Tarigami V.Union of India & others) സുപ്രീം കോടതിയുടെ പരിഗണനയിലാണ്. ഭരണഘടനയുടെ പാർട്ട് ഒന്നിൽ 'ഇന്ത്യ' അഥവാ 'ഭാരതം' സംസ്ഥാനങ്ങളുടെ ഒരു യൂണിയനാണ് (Union Of States) എന്ന് വ്യക്തമാക്കുന്നുണ്ട്. പാർലമെന്റിന് യുക്തമെന്ന് തോന്നുന്ന പക്ഷം പുതിയ സംസ്ഥാനങ്ങൾ സ്ഥാപിക്കാവുന്നതും ഏതു സംസ്ഥാനത്തിന്റെയും വിസ്തീർണം വർദ്ധിപ്പിക്കാവുന്നതും വിസ്തീർണ്ണം ചുരുക്കാവുന്നതും അതിരുകൾ മാറ്റാവുന്നതും പേര് മാറ്റാവുന്നതുമാണ്. എന്നാൽ ഇതിന് നിരുപാധിക അധികാരം പാർലമെന്റിനില്ല. മറിച്ച് ഇപ്രകാരം ഒരു വിഷയം പരാമർശിക്കുന്ന ബില്ല് ഒരു നിശ്ചിത കാലാവധി നൽകി, വിഷയം ഏത് സംസ്ഥാനത്തെ ബാധിക്കുന്നുവോ ആ സംസ്ഥാനത്തിന്റെ നിയമ നിർമ്മാണ സഭയുടെ അഭിപ്രായം ആരാഞ്ഞ ശേഷമാണ് തീരുമാനം എടുക്കേണ്ടത്. എന്നാൽ ജമ്മുകാശ്മീർ വിഭജിച്ചപ്പോൾ ഭരണഘടനാ വ്യവസ്ഥകളും കീഴ്‌വഴക്കവും നിയമങ്ങളും ലംഘിക്കപ്പെട്ടു. കാശ്മീരിലെ രാഷ്ട്രീയ കക്ഷികളുമായോ ജനപ്രതിനിധികളുമായോ ആലോചിച്ചില്ല. നിയമസഭയുടെ അഭിപ്രായം ആരാഞ്ഞില്ല. അതിന് മുമ്പേ നിയമസഭ പിരിച്ചുവിടുകയും ചെയ്തു. ആന്ധ്രാപ്രദേശ്, ഉത്തർപ്രദേശ്, മധ്യപ്രദേശ്, ബീഹാർ തുടങ്ങിയ സംസ്ഥാനങ്ങളെ വിഭജിച്ചപ്പോൾ എല്ലാ വിഭാഗങ്ങളുമായും സുദീർഘമായ ചർച്ചകൾ നടന്നിട്ടുണ്ട്. അതത് നിയമസഭകൾ ഇപ്രകാരമുള്ള നിർദ്ദേശത്തെ അംഗീകരിച്ചതിന് ശേഷം മാത്രമാണ് അന്തിമ തീരുമാനം കൈക്കൊണ്ടത്.

ഭരണഘടന വകുപ്പ് 370 (ബി) പ്രകാരം, ഇന്ത്യയുമായി ജമ്മുകാശ്മീർ ചേരുന്നതു സംബന്ധിച്ച പ്രവേശന പ്രമാണത്തിൽ ആ സംസ്ഥാനത്തിന് വേണ്ടി യൂണിയൻ സർക്കാരിന് നിയമം ഉണ്ടാക്കാൻ വ്യവസ്ഥയുള്ള യൂണിയൻ ലിസ്റ്റ്, കൺകറന്റ് ലിസ്റ്റ് എന്നിവയിൽ സംസ്ഥാന സർക്കാരിനോട് ആലോചിച്ചും പ്രവേശന പ്രമാണം പാലിച്ചും മാത്രമേ നിയമ നിർമ്മാണം പാടുള്ളൂ. സംസ്ഥാന സർക്കാരിനോട് ആലോചിക്കാതെ യൂണിയൻ സർക്കാരിന് ഏകപക്ഷീയമായി തീരുമാനമെടുക്കാൻ കഴിയില്ല. പ്രതിരോധം, വിദേശകാര്യം, ധനകാര്യം, വാർത്താവിനിമയം എന്നീ വിഷയങ്ങളൊഴികെ പാർലമെന്റ് പാസാക്കുന്ന ഏത് നിയമവും ജമ്മുകാശ്മീർ നിയമസഭ അംഗീകരിക്കാതെ നടപ്പാക്കാൻ പാടില്ല. ഭരണഘടന അനുഛേദം 370 പ്രകാരമാണ് ജമ്മുകാശ്മീരിന് പ്രത്യേക പദവി നൽകിയിരുന്നത്. അനുഛേദം 370 (3) അടിവരയിട്ട് പറയുന്നത് അനുഛേദം 370 –നെ പൊതുവിജ്ഞാപനം വഴി രാഷ്ട്രപതിക്ക് പ്രവർത്തനരഹിതമാക്കണമെങ്കിൽ കോൺസ്റ്റിറ്റുവെന്റ് അസംബ്ലിയുടെ ശുപാർശ അനുസരിച്ചേ തീരുമാനം കൈകൊള്ളാൻ കഴിയൂ എന്നാണ്. എന്നാൽ 367 (4) എന്ന പുതിയ വകുപ്പ് കൂട്ടിച്ചേർത്ത് കോൺസ്റ്റിറ്റുവെന്റ് അസംബ്ലിയുടെ അഭാവത്തിൽ ലെജിസ്ലേറ്റീവ്

അസംബ്ലി എന്ന് തന്ത്രപരമായി വ്യാഖ്യാനിച്ച ശേഷമാണ് വിഭജനം നടത്തിയത്.

ഏതെങ്കിലും ഒരു സംസ്ഥാനത്തിന്റെയോ കേന്ദ്രഭരണ പ്രദേശത്തിന്റെയോ ഒരു ഭാഗം മറ്റേതെങ്കിലും സംസ്ഥാനത്തോടോ കേന്ദ്ര ഭരണ പ്രദേശത്തോടോ സംയോജിപ്പിച്ച് ഒരു പുതിയ സംസ്ഥാനമോ കേന്ദ്രഭരണ പ്രദേശമോ രൂപീകരിക്കാം. എന്നാൽ പൂർണ പദവിയുള്ള ഒരു സംസ്ഥാനത്തെ വിഭജിച്ച് രണ്ട് കേന്ദ്രഭരണ പ്രദേശങ്ങളാക്കാൻ ഭരണഘടനയിൽ വ്യവസ്ഥ ഇല്ല. അതത് സംസ്ഥാനങ്ങളെ ബാധിക്കുന്ന വിഭജനത്തിൽ ആ സംസ്ഥാന നിയമസഭയുടെ അഭിപ്രായം ആരായാത്തത് ഇന്ത്യചരിത്രത്തിൽ കേട്ടു കേൾവിയില്ലാത്ത സംഗതിയാണ്. ജമ്മുകാശ്മീർ നിയമസഭ പിരിച്ചു വിടുകയും നിയമസഭയുടെ അധികാരം ഗവർണറിൽ നിക്ഷിപ്തമാക്കുകയും അത് ഉപയോഗിച്ച് വിഭജനം നടത്തുകയും ചെയ്തത് നിയമ വിരുദ്ധമാണ്. മോദി സർക്കാർ കേന്ദ്രഭരണപ്രദേശമായ ദാമൻ & ദിയുവിലെ ആദിവാസി ജനവിഭാഗമായ മത്സ്യത്തൊഴിലാളികളെ ദ്രോഹിക്കുകയും അവരുടെ വീടുകൾ തകർക്കുകയും ചെയ്ത നടപടിയും ഏറെ വിമർശിക്കപ്പെട്ടു. പുതുച്ചേരിയിൽ നോമിനേറ്റഡ് നിയമസഭാംഗങ്ങളെ ഉപയോഗിച്ച് തിരഞ്ഞെടുക്കപ്പെട്ട നിയമ നിർമ്മാണ സഭാംഗങ്ങളെ വരുതിയിൽ നിർത്താനും രാഷ്ട്രീയ അട്ടിമറിക്കുമാണ് നേതൃത്വം നൽകിയത്. തമിഴ്നാടിനെ കേന്ദ്രഭരണ പ്രദേശമായി വിഭജിക്കാൻ പോകുന്നു എന്ന വാർത്ത ഞെട്ടൽ ഉളവാക്കുന്നു. സംസ്ഥാനങ്ങളുടെ യൂണിയൻ എന്ന ഭരണഘടന പരികൽപ്പനയിൽ നിന്ന് കേന്ദ്രഭരണ പ്രദേശങ്ങളുടെ യൂണിയൻ എന്ന ഘടനയിലേക്ക് ഇന്ത്യ പരിണമിക്കുന്നത് ഗുരുതര പ്രത്യാഘാതമുണ്ടാക്കും. ഫാസിസം അതിന്റെ പ്രവൃത്തി പഥങ്ങൾ രൂപീകരിക്കുന്നതിന്റെ പ്രത്യക്ഷ ഉദാഹരണങ്ങളെ തിരിച്ചറിഞ്ഞേ മതിയാവൂ.

പിൻകവിത:

സംസ്ഥാനത്തെ ജനസംഖ്യ ഒന്നേകാൽ കോടി,
ഒരുദ്യോഗസ്ഥൻ പ്രഖ്യാപിച്ചപ്പോൾ
സ്ഥലത്തെ ഒരു കവി
നിലവിളിക്കുന്നു: ‘സാർ,
ദയവായി ഒന്നുകൂടി എണ്ണി നോക്കു
മരിച്ചവരെയും കൂട്ടു
അനവധി അമ്മമാർക്കും
സഹോദരിമാർക്കും
ഭാര്യമാർക്കും
പെണ്മക്കൾക്കും

തുറന്ന മുറിവുകളുമായി
ജീവിക്കേണ്ടി വരുന്നു.

കാരണം,
അനവധി പിതാക്കന്മാരും
സഹോദരങ്ങളും
ഭർത്താക്കന്മാരും
ആണ്മക്കളും
ജീവിക്കാൻ അനുവദിക്കപ്പെട്ടില്ല.

അവരുടെ ഒരേയൊരു പാപം
അവർ വേലിയുടെ തെറ്റായ
ഭാഗത്തായിരുന്നു എന്നത് മാത്രം,
കാരണം ഭൂരിപക്ഷം
മറുഭാഗത്തായിരുന്നു.

(യാസീൻ അൻവർ, കാശ്മീരി യുവകവി)

മതനിരപേക്ഷത: സംഘർഷവും സമന്വയവും

പ്രശസ്തമായ ഗംഗാനദിയുടെ തീരത്തെ പുണ്യനഗരമാണ് ഹരിദ്വാർ. ഭക്തിയും വ്യക്തിയിൽ ഉടലെടുക്കുന്ന മനോസംഘർഷങ്ങളും ഉൾക്കൊള്ളിച്ച് ഹരിദ്വാറിന്റെ പശ്ചാത്തലത്തിൽ എം മുകുന്ദൻ എഴുതിയ നോവലാണ് *ഹരിദ്വാറിൽ മണി മുഴങ്ങുമ്പോൾ* എന്ന കൃതി. കഥാനായകന്, എവിടെയോ തനിക്കുവേണ്ടി ഒരു ചിത ഒരുങ്ങുന്നതായും ഒരുകെട്ടു വിറകും ഒരു തീപ്പെട്ടിക്കോലും കാത്തിരിക്കുന്നതായും തോന്നുന്നു. അവൻ അരക്ഷിത യൗവനത്തിന്റെ പ്രതീകമാണ്. എന്നാൽ ഇന്ത്യയിൽ ഇന്ന് അമർന്നു കത്തുന്നത് വ്യക്തിയുടെ ചിതയല്ല. ഒരു രാഷ്ട്രത്തിന്റെ ആത്മാവിന് സംഘപരിവാർ ചിതയൊരുക്കിയിരിക്കുന്നു. ഹിന്ദുരാഷ്ട്രം സ്ഥാപിക്കാൻ ആയുധമെടുക്കാനും ഹിന്ദു സംരക്ഷണത്തിനായി മുസ്ലീങ്ങളെ കൊന്നൊടുക്കാനും ആഹ്വാനം ചെയ്തുകൊണ്ടാണ് ഹരിദ്വാറിൽ നടന്ന ധർമ്മസൻസദ് സമാപിച്ചത്. മ്യാൻമറിലെ വംശശുദ്ധീകരണത്തിന്റെ പാതയാണ് മാതൃക. മുഴുവൻ ഹിന്ദുക്കളും അവർക്കൊപ്പം പോലീസും സൈന്യവും രാഷ്ട്രീയക്കാരും അണിനിരന്നുകൊണ്ടുള്ള മുസ്ലീം വംശഹത്യയാണ് ലക്ഷ്യമെന്നും തീവ്ര ഹിന്ദുത്വ സംഘടനാ നേതാക്കൾ പ്രഖ്യാപിച്ചു. രാജ്യരക്ഷയെയും പൗരസുരക്ഷയെയും പരസ്യമായി വെല്ലുവിളിച്ചിരിക്കുകയാണ്. നിർഭാഗ്യവശാൽ ഈ ആപദ്ഘട്ടത്തിലും പരിവാർ പ്രഭൃതികളുടെ വിളയാട്ടത്തിന് നിശ്ശബ്ദ പിന്തുണ നൽകുകയാണ് കോൺഗ്രസും അതിന്റെ നേതാക്കളും. ഹിംസാത്മക മതവാദത്തിനെതിരെ പൊരുതി, മതനിരപേക്ഷ ശക്തികൾക്കൊപ്പം നിലയുറപ്പിക്കേണ്ട കോൺഗ്രസ് വർഗീയതയുടെ ആഖ്യാനങ്ങളിൽ ബി ജെ പിയോട് മത്സരിക്കുകയാണ്. ഇന്ത്യയിലെ ന്യൂനപക്ഷങ്ങളെ മുമ്പെങ്ങുമില്ലാത്ത ഭീതി പിന്തുടരുകയാണ്. ആൾക്കൂട്ടാധിപത്യത്തിന്റെ നടുവിൽ പകച്ചുനിൽക്കുന്ന ദുരവസ്ഥ ന്യൂന

പക്ഷമെന്ന നിലയിൽ ജനസംഖ്യയിൽ കൂടുതലുള്ള മുസ്ലീം–ക്രിസ്ത്യൻ സമൂഹമാണ് സംഘപരിവാറിന്റെ പ്രധാന ഇരകൾ. ദേശീയതയെ മതവുമായി ബന്ധിപ്പിക്കാനും മതത്തെ രാഷ്ട്രവുമായി സംയോജിപ്പിക്കാനും ശ്രമം നടക്കുന്നു. ഇതിലൂടെ ഒരു ഹിന്ദു താലിബാനാണ് ഇന്ത്യയിൽ ഉദയം ചെയ്യുന്നത്.

മതന്യൂനപക്ഷങ്ങളുടെ പരിരക്ഷയെ രാഷ്ട്രത്തിന്റെ ഏറ്റവും പ്രധാനപ്പെട്ട ചുമതലയായി കണ്ട മഹാനായ കോൺഗ്രസ് നേതാവാണ് ജവഹർലാൽ നെഹ്റു. പാകിസ്ഥാനിൽ എന്തുതരം പ്രകോപനം ഉണ്ടായാലും അവിടുത്തെ ന്യൂനപക്ഷങ്ങളോട് അവർ എത്രതന്നെ അമാന്യമായി പെരുമാറിയാലും ഇന്ത്യയിലെ ന്യൂനപക്ഷത്തോട് സംസ്കാര സമ്പന്നതയോടെ മാത്രമേ പെരുമാറാവു എന്നദ്ദേഹം ശഠിച്ചു. ഒരു ജനാധിപത്യ ഭരണകൂടത്തിൽ ഏതൊരു പൗരനും ലഭ്യമാകേണ്ട സുരക്ഷയും അവകാശങ്ങളും അവർക്കും നൽകണം. അതിൽ പരാജയപ്പെട്ടാൽ ഉണങ്ങാതെ ഒരു മുറിവായിരിക്കും ബാക്കിയാവുകയെന്ന് ഓർമ്മിപ്പിച്ചു. ക്രമേണ ആ മുറിവ് രാഷ്ട്രഗാത്രത്തെയാകെ വിഷലിപ്തമാക്കുകയും ഒരുപക്ഷേ നശിപ്പിച്ചുകളയുമെന്നും അദ്ദേഹം മുന്നറിയിപ്പ് തരികയുണ്ടായി. ഉറച്ച മതനിരപേക്ഷവാദിയും ചിന്തകനുമായ നെഹ്റുവിൽ നിന്ന് രാജ്യം ഏറെ ദൂരം താണ്ടിയിരിക്കുന്നു. ഇന്ത്യ ഹിന്ദുക്കളുടെ രാജ്യമാണെന്ന് പ്രഖ്യാപിക്കുന്ന രാഹുൽ ഗാന്ധിയുടേയും കോൺഗ്രസിന്റേയും സഞ്ചാരപഥങ്ങൾ ബി ജെ പിയുടേതിന് സമാനമായി തീർന്നിരിക്കുന്നു. 2022–ലെ വിവിധ സംസ്ഥാനങ്ങളിൽ നടന്ന നിയമസഭാ തിരഞ്ഞെടുപ്പിൽ ബി ജെ പിയുമായി മത്സരിച്ച കോൺഗ്രസ് ഹിന്ദുത്വത്തിന്റെ തുറുപ്പ് ചീട്ടു തന്നെയാണ് അവിടെയും പരീക്ഷിച്ചത്. രാജ്യത്തെ സാധാരണ ജനങ്ങളെയും ന്യൂനപക്ഷത്തെയും നേരിട്ട് ബാധിക്കുന്ന നിയമ നിർമ്മാണങ്ങളുടെ ഗുരുതരമായ ഭവിഷ്യത്തുണ്ടാക്കുന്ന വേളകളിൽ ആർജ്ജവമുള്ള നിലപാട് സ്വീകരിക്കാനോ പോരാടാനോ കോൺഗ്രസ് തയ്യാറായില്ല. ഇക്കാര്യങ്ങളിൽ പുലർത്തിയ അനാസ്ഥയ്ക്കുമപ്പുറം തൽക്കാല ലാഭം കിട്ടുമെന്ന് കരുതി, പ്രത്യക്ഷ വർഗ്ഗീയതയുടെ കാർഡ് ഇളക്കിക്കളിക്കുന്ന പ്രവണത അത്യന്തം അപകടകരവും ചരിത്ര നിഷേധവുമാണ്. സമീപകാല തിരിച്ചടികളിൽ നിന്നുപോലും കോൺഗ്രസ് പാഠം പഠിക്കാത്തത് രാഷ്ട്രീയ നിരീക്ഷകരെ അദ്ഭുതപ്പെടുത്തുന്നു.

തീവ്രഹിന്ദുത്വത്തിന് പകരം മൃദുഹിന്ദുത്വം നടപ്പിലാക്കുമ്പോൾ അത് സ്വന്തം മൂല്യങ്ങൾ ഉപേക്ഷിക്കലാണെന്നും അതിനാൽ ജനങ്ങൾ ഒറിജിനലിനെ മറികടന്ന് വ്യാജനെ തെരഞ്ഞെടുക്കില്ലെന്ന് കോൺഗ്രസ് നേതാവ് മനീഷ് തിവാരി വിശദീകരിച്ചത് പ്രസക്തമാണ്. ഈ വാക്കുകൾ കോൺഗ്രസ് നേതാക്കൾ അനുഭവിക്കുന്ന ആത്മനിന്ദയുടെ ബഹിർസ്ഫുരണമാണ്. പലയിടങ്ങളിലും ബി ജെ പിയെ പുറന്തള്ളാൻ കോൺഗ്രസിന് വോട്ടു ചെയ്ത മതേതരവാദികളെയും ന്യൂനപക്ഷങ്ങളെയും കോൺഗ്രസ് വഞ്ചിച്ച അനുഭവങ്ങൾ അനേകം. നിയമസഭ തിരഞ്ഞെടുപ്പുകളിൽ

കോൺഗ്രസ് മുന്നണിക്ക് സീറ്റുകൾ കൂടുതൽ കിട്ടിയിട്ടും പല സംസ്ഥാനങ്ങളിലും കോൺഗ്രസ് അംഗങ്ങളെ വിലയ്ക്കെടുത്ത് ബി.ജെ.പി അധികാരത്തിലേറുന്നത് രാജ്യം കണ്ടു. കോൺഗ്രസ് കൊണ്ടാടിയ മുൻ പഞ്ചാബ് മുഖ്യമന്ത്രി അമരീന്ദർ സിംഗ് ഇപ്പോൾ ബി ജെ പി ക്യാമ്പിലെത്തുകയും ചെയ്തു. കർണാടകയിലെ അനുഭവം കോൺഗ്രസ് ബി ജെ പിക്ക് കീഴടങ്ങിയതിന്റേതാണ്.

വ്യത്യസ്ത സാമൂഹ്യ വിഭാഗങ്ങളിൽ നിന്ന് നേതാക്കളെ സംഭാവന ചെയ്തു എന്നവകാശപ്പെടുന്ന കോൺഗ്രസ് ഇപ്പോൾ മതന്യൂനപക്ഷങ്ങളെ പാടേ അവഗണിക്കുന്നു. ബി ജെ പി അധികാരത്തിൽ വന്നശേഷം ഈ പ്രവണത വർദ്ധിച്ചു. കോൺഗ്രസിന്റെ സമുന്നത നേതാവും കേന്ദ്രമന്ത്രി, ജമ്മുകാശ്മീർ മുഖ്യമന്ത്രി എന്നീ പദവികൾ വഹിക്കുകയും ചെയ്ത ഗുലാം നബി ആസാദിനെ പൂർണമായി ഒതുക്കിയ തീരുമാനം ഈ ദിശയിലുള്ളതാണ്. അടുത്ത കാലത്തായി കോൺഗ്രസിന്റെ പ്രധാന വേദികളിൽ അദ്ദേഹത്തെ വിളിക്കാറില്ല. അതിന്റെ കാരണം അദ്ദേഹം തന്നെ വ്യക്തമാക്കി. അലീഗഡ് യൂണിവേഴ്സിറ്റി സ്ഥാപകൻ സർ സയ്യിദ് അഹമ്മദ്ഖാന്റെ 202–ാം ജന്മവാർഷിക ദിനമായ ഡിസംബർ 17 ന് അലിഗഢിൽ നടന്ന പൂർവവിദ്യാർത്ഥി കൂട്ടായ്മയിൽ ആസാദ് പറഞ്ഞു. 'യൂത്ത് കോൺഗ്രസിന്റെ കാലം മുതൽ ആൻഡമാൻ മുതൽ ലക്ഷദ്വീപ് വരെ ഞാൻ രാജ്യത്തുടനീളം പ്രചാരണം നടത്തുന്നുണ്ട്. എന്നെ വിളിച്ചിരുന്നവരിൽ 95% വും ഹിന്ദു സഹോദരന്മാരും നേതാക്കളുമായിരുന്നു. വെറും 5% മുസ്ലീം സഹോദരന്മാരായിരുന്നു. എന്നാൽ കഴിഞ്ഞ നാല് വർഷത്തിനിടയിൽ 95% എന്ന കണക്ക് വെറും 20% മായി കുറഞ്ഞതായി ഞാൻ നിരീക്ഷിച്ചു. ഇതിനർത്ഥം എന്തോ കുഴപ്പമുണ്ട് എന്നാണ്. ഇന്ന് ആളുകൾ എന്നെ വിളിക്കാൻ ഭയപ്പെടുന്നു. സമ്മതിദായകരെ ഞാൻ സ്വാധീനിക്കുമെന്ന് അവർ ആശങ്കപ്പെടുന്നു.' ആസാദിന്റെ സാന്നിദ്ധ്യം ഇപ്പോൾ കോൺഗ്രസിന് ആവശ്യമില്ല. കാശ്മീരിയായ ന്യൂനപക്ഷക്കാരനായ ഒരു ദേശീയ നേതാവിന്റെ ദുരവസ്ഥയാണിത്. ഒടുവിൽ രാഹുൽ ഗാന്ധിയെ സംബന്ധിച്ചും ഇന്നത്തെ കോൺഗ്രസിനെ സംബന്ധിച്ചും ശക്തമായ വിമർശനം ഉന്നയിച്ച് അദ്ദേഹം കോൺഗ്രസിനോട് വിടപറഞ്ഞു. ബി ജെ പിയെ നേരിടാൻ പ്രതിപക്ഷത്തെ ശക്തിപ്പെടുത്തേണ്ട ഒരു പാർട്ടിക്ക് സ്വന്തമായി ഒരു അദ്ധ്യക്ഷൻ പോലുമില്ല. കോൺഗ്രസിന്റെ നിസംഗഭാവത്തോട് കലഹിച്ചു നിൽക്കുന്ന 'ജി 23' നേതാക്കൾ ശ്രീനഗറിൽ ചേർന്ന പൊതുസമ്മേളനത്തിൽ തുറന്നടിച്ചു. ഗുലാം നബി ആസാദിന്റെ സേവനം എന്തുകൊണ്ട് പാർട്ടി പ്രയോജനപ്പെടുത്തിയില്ല എന്ന് പലരും ആശങ്കപ്പെട്ടു. ആളുകളെ ആശയക്കുഴപ്പത്തിലാക്കരുതെന്നും ആസാദ് പൊതുജീവിതത്തിൽ നിന്ന് വിരമിച്ചിട്ടില്ലെന്നും അവർ ഓർമ്മപ്പെടുത്തി. അദ്ദേഹം ഒരു സർക്കാർ ജീവനക്കാരനായല്ല പ്രവർത്തിച്ചത്. അദ്ദേഹത്തിന് എല്ലാ സംസ്ഥാനങ്ങളുടെയും സ്പന്ദനമറിയാമെന്നും നേതാക്കൾ മുന്നറിയിപ്പ് നൽകി. ഒടുവിൽ ആസാദ് കോൺഗ്രസ് വിട്ടു. മലയാളിയും

മുൻ കേന്ദ്ര മന്ത്രിയുമായ കെ വി തോമസ്, മുൻ രാഷ്ട്രപതി സാക്കിർ ഹുസൈന്റെ ചെറുമകനും മുതിർന്ന അഭിഭാഷകനും മുൻ കേന്ദ്ര മന്ത്രിയുമായ സൽമാൻ ഖുർഷിദ് എന്നിവരും കടുത്ത അവഗണന നേരിട്ടവരാണ്. ഖുർഷിദിന്റെ *Sunrise over Ayodhya : Nationhood in our times* എന്ന പുസ്തകത്തിൽ ഹിന്ദുത്വവാദികളെ തീവ്ര ഇസ്ലാമിസ്റ്റ് ഗ്രൂപ്പുകളുമായി താരതമ്യപ്പെടുത്തിയത് ബി ജെ പിയെ പ്രകോപിപ്പിച്ചു. നൈനിറ്റാളിലെ അദ്ദേഹത്തിന്റെ വീടിന് നേരെ ആക്രമണമുണ്ടായി. ജനലും വാതിലും തകർത്തു. സാധനസാമഗ്രികൾ തീയിട്ട് നശിപ്പിച്ചു. എന്നാൽ ഈ ആക്രമണത്തിന് നേരെ ശക്തമായി പ്രതിഷേധിക്കാൻ കോൺഗ്രസ് തയ്യാറായില്ല. സന്യാസിമാരാലും വിശുദ്ധ വ്യക്തികളാലും പ്രശസ്തി കൈവരിച്ച സനാതന ധർമത്തെയും ഹിന്ദുമതത്തെയും ഹിന്ദുത്വ വാദികൾ തള്ളിമാറ്റിയെന്നും ഐസിസ്, ബൊക്കോ ഹറാം തുടങ്ങിയവരുടെ സ്വഭാവത്തിലേക്ക് പരിണമിച്ചതാണ് ഹിന്ദുത്വത്തിന്റെ പുതിയ മുഖമെന്നും അദ്ദേഹം പുസ്തകത്തിൽ വിശദീകരിച്ചു. ബി ജെ പിയുടെ വിദ്വേഷത്തിന് കാരണം ഇതാണ്. കോൺഗ്രസിന്റെ ഭാഗത്തുനിന്നും ഖുർഷിദിനെതിരെ ശബ്ദമുയർന്നു. ബി.ജെ.പി പറയുന്നത് ഏറ്റു പറയലല്ല കോൺഗ്രസിന്റെ ചുമതലയെന്നും അങ്ങനെ സംഭവിച്ചാൽ ബി ജെ പിയുടെ ബി ടീമായി കോൺഗ്രസ് മാറുമെന്നും അദ്ദേഹം മറുപടി നൽകി. പുസ്തകത്തെ എതിർക്കുന്ന കോൺഗ്രസ് നേതാക്കൾ ബി ജെ പിയെ പിന്തുണയ്ക്കുകയാണോ എന്നും ചോദിച്ചു. ഖുർഷിദിന്റെ നിലപാടുകൾ ഹിന്ദുത്വത്തിന് അസ്വസ്ഥത നൽകുന്നതു കൊണ്ടുതന്നെ അദ്ദേഹം പാർട്ടിക്ക് അനഭിമതനായി. 2022-ലെ ഉത്തർപ്രദേശ് തിരഞ്ഞെടുപ്പിൽ പ്രിയങ്ക ഗാന്ധിയുടെ പൊതുയോഗങ്ങളിൽ നിന്ന് കോൺഗ്രസ് നേതാക്കളായ ന്യൂനപക്ഷ വിഭാഗക്കാരെ അവഗണിച്ചതും ചേർത്തു വായിക്കേണ്ടതാണ്.

താനൊരു പൂണൂൽ ധാരിയായ ബ്രാഹ്മണനാണെന്നും യഥാർത്ഥ ഹിന്ദുവാണെന്നും നിത്യേനയുള്ള പ്രഖ്യാപനങ്ങളിലൂടെ, ക്ഷേത്ര സഞ്ചാരങ്ങളിലൂടെ, പ്രാർത്ഥനാ മന്ത്രങ്ങളിലൂടെ രാഹുൽ ഗാന്ധിയെ മൃദു ഹിന്ദുത്വ പ്രവാചകനാക്കാനാണ് ശ്രമം. മോദി സർക്കാരിനെതിരെയെന്ന പേരിൽ ജയ്പ്പൂരിൽ സംഘടിപ്പിച്ച റാലിയിൽ രാഹുൽ ഗാന്ധി നടത്തിയ പ്രസംഗം പ്രത്യക്ഷമായ മതരാഷ്ട്ര പ്രഖ്യാപനമായി, അദ്ദേഹം പറഞ്ഞു. 'This is a country of Hindus and not Hindutvavadis. Since 2014, it's the Hindutvavadis who are in power, and not Hindus. We need to oust them and bring the rule of Hindus.' രാജ്യത്ത് ഹിന്ദുത്വവാദികളാണ് അധികാരത്തിലുള്ളതെന്നും നമുക്ക് അവരെ പുറത്താക്കി ഹിന്ദുക്കളുടെ ഭരണം കൊണ്ടുവരണമെന്നും അദ്ദേഹം ആഹ്വാനം ചെയ്തു. ഹിന്ദുമതവും ഹിന്ദുത്വവും തമ്മിലുള്ള സംവാദത്തിനപ്പുറം ഇതിന് മറ്റു ചില മാനങ്ങളുണ്ട്. ഇന്ത്യയിൽ നടക്കുന്നത് മതനിരപേക്ഷതയും ഹിന്ദുത്വവും തമ്മിലുള്ള ഏറ്റുമുട്ടലാണെന്ന് മനസ്സിലാക്കാനുള്ള വിവേകവും പക്വതയും രാഹുൽ ആർജിച്ചിട്ടില്ല. രാഹുൽ മാത്രമല്ല പ്രിയങ്കയും സോദ്ദേശ്യമായി

ഹിന്ദുത്വ പരിവേഷമാഗ്രഹിക്കുന്നു എന്ന് വെളിവാക്കും വിധമാണ് തിരഞ്ഞെടുപ്പ് പ്രചരണ സമയത്തെ പ്രത്യക്ഷപ്പെടലുകളും പ്രസ്താവനകളും. ബാബറി മസ്ജിദിന്റെ താക്കോൽ ഹിന്ദുത്വ വാദികൾക്ക് നൽകിയത് രാജീവ് ഗാന്ധിയും മസ്ജിദ് തകർക്കുമ്പോൾ രാജ്യം ഭരിച്ചത് നരസിംഹറാവുവും രാമക്ഷേത്ര നിർമ്മാണം ആരംഭിക്കുമ്പോൾ അതിനെ പിന്തുണച്ചത് പ്രിയങ്ക ഗാന്ധിയും കമൽ നാഥും ദിഗ്വിജയ് സിംഗും ഉൾപ്പെടെയുള്ള കോൺഗ്രസ് നേതാക്കളുമാണ്. അയോധ്യയിലെ രാമക്ഷേത്രത്തിന്റെ ഭൂമിപൂജ ചടങ്ങ് ദേശീയ ഐക്യത്തിന്റെയും സാഹോദര്യത്തിന്റെയും സാംസ്കാരിക സൗഹാർദ്ദത്തിന്റേയും ആഘോഷമായും മാറുമെന്ന് പ്രിയങ്ക ട്വീറ്റ് ചെയ്തു. ശ്രീരാമന്റെ സന്ദേശത്തിനും അനുഗ്രഹത്തിനും അനുസൃതമായാണ് അത് മാറുകയെന്നും വ്യക്തമാക്കി. ഇത് ചരിത്രപരമായ വിഛേദമാണ്. നെഹ്റുവിന്റെയും ഗാന്ധിയുടേയും അബ്ദുൾകലാം ആസാദിന്റേയും കോൺഗ്രസിൽ നിന്ന് ഇപ്രകാരമൊരു പ്രകടമായ നയംമാറ്റം ജനം പ്രതീക്ഷിച്ചതല്ല.

ഇന്ത്യയെ നടുക്കിയ സിഖ് വംശഹത്യയുടെ മുറിവുണക്കാൻ പതിറ്റാണ്ടുകൾ വേണ്ടിവന്നു. കലാപം സിഖുകാരുടെ അപരവൽക്കരണത്തിന് കാരണമായി. ഇപ്പോൾ നിരന്തരം നടക്കുന്ന മുസ്ലീം അപരവൽക്കരണത്തിന്റെ ആഴം വലുതാണ്. കോൺഗ്രസിന് അടിത്തറയുള്ള സംസ്ഥാനങ്ങളിൽ ക്രിസ്ത്യൻ-മുസ്ലീം വിഭാഗങ്ങൾക്കു നേരെ ആക്രമണമുണ്ടാകുമ്പോൾ ആ പാർട്ടിയുടെ നിശ്ശബ്ദത കുറ്റകരമാണ്.

ഗുജറാത്ത് വംശഹത്യ നടന്ന് രണ്ട് പതിറ്റാണ്ട് കഴിഞ്ഞു. ഇതുവരെ മുസ്ലീങ്ങളുടെ ഭയം മാറിയിട്ടില്ല. ഗുജറാത്തിലെ ജനാധിപത്യ പ്രക്രിയയിൽ അവർ നിസംഗരായി നിൽക്കേണ്ടി വന്നു. കോൺഗ്രസ് മുഖ്യ പ്രതിപക്ഷമായ ഗുജറാത്തിൽ ഏകദേശം 50 ലക്ഷം മുസ്ലീങ്ങൾ (സംസ്ഥാന ജനസംഖ്യയുടെ ഏതാണ്ട് പത്ത് ശതമാനം) വസിക്കുന്നു. എന്നാൽ അവരെ പരിഗണിക്കാനോ ആശ്വസിപ്പിക്കാനോ കോൺഗ്രസിന് കഴിയുന്നില്ല. വികസനം, ക്ഷേമം, ആരോഗ്യം എന്നീ രംഗങ്ങളിൽ വലിയ പിന്നോക്കാവസ്ഥ അവർ നേരിടുന്നു. ഗുജറാത്തിൽ നിന്ന് അവസാനമായി (1984) അഹമ്മദ് പട്ടേലും എഹ്സാൻ ജഫ്രിയും (1977) ലോകസഭയിലെത്തിയത് ഒഴിച്ചു നിർത്തിയാൽ പിന്നീട് ഒരാളെപ്പോലും ന്യൂനപക്ഷത്തിൽ നിന്ന് കോൺഗ്രസ് പരിഗണിച്ചിട്ടില്ല. അഹമ്മദ് പട്ടേൽ പിന്നീടൊരിക്കലും ലോകസഭ കണ്ടിട്ടില്ല. 2002 ലെ കലാപ സമയത്ത് എഹ്സാൻ ജഫ്രിയെ ആർ എസ് എസ് ക്രൂരമായി കൊലപ്പെടുത്തി. ഇപ്പോൾ കലാപത്തെക്കുറിച്ച് നിശ്ശബ്ദത പാലിക്കുന്ന കോൺഗ്രസ് ജഫ്രിയെ മറന്നതിൽ അതിശയമില്ല. 2017-22 കാലയളവിൽ 182 സീറ്റ് ഉള്ള ഗുജറാത്ത് നിയമസഭയിൽ മുസ്ലീം പ്രാതിനിധ്യം 3 ആയിരുന്നു. 2022 ലെ തിരഞ്ഞെടുപ്പിൽ 1 സീറ്റായി മാറി. പാർലമെന്ററി പദവികളിലെ അസാന്നിധ്യം പരിഹരിക്കണമെന്ന് നേരത്തെതന്നെ അഹമ്മദ് പട്ടേലിനെപ്പോലുള്ളവർ ചൂണ്ടിക്കാട്ടിയിട്ടും ഫലമുണ്ടായില്ല.

ലോകസഭയിലേക്ക് 542 സീറ്റിൽ മുസ്ലീം വിഭാഗത്തിന്റെ പങ്കാളിത്തം 27 ആണ്. പത്ത് സംസ്ഥാനങ്ങളിൽ നിന്നും ലക്ഷദ്വീപിൽ നിന്നും മാത്രമേ ഈ പ്രാതിനിധ്യമുള്ളൂ. പതിനേഴ് സംസ്ഥാനങ്ങളിൽ നിന്നും മറ്റ് കേന്ദ്ര ഭരണ പ്രദേശങ്ങളിൽ നിന്നും ആരുംതന്നെയില്ല. കോൺഗ്രസിന് ശക്തിയുണ്ടായിരുന്ന പല സംസ്ഥാനങ്ങളിൽ നിന്നും ഈ വിഭാഗത്തിൽ നിന്ന് ഒരാളെയും അവർ പാർലമെന്റിൽ അയച്ചില്ല. തിരഞ്ഞെടുപ്പിൽ 303 സീറ്റ് ബി.ജെ.പി നേടിയപ്പോൾ അതിൽ ഒന്നാണ് മുസ്ലീം പ്രാതിനിധ്യം. ഇപ്പോൾ ഒരു സീറ്റിലും മിസ്ലീമില്ല. ഇന്ത്യയിലാദ്യമായിരിക്കും ഭരണകക്ഷിയെ നയിക്കുന്ന പാർട്ടിയിൽ നിന്ന് ഇത്തരമൊരു പ്രാതിനിധ്യക്കുറവ് സംഭവിച്ചത്. മതനിരപേക്ഷ–ഇടതു–പ്രാദേശിക പാർട്ടികളിൽ നിന്നായി 23 മുസ്ലീങ്ങൾ തിരഞ്ഞെടുക്കപ്പെട്ടപ്പോൾ ആറ് പതിറ്റാണ്ട് ഇന്ത്യ ഭരിച്ച കോൺഗ്രസിന്റെ സംഭാവന 4 ആണ്. പൂർവകാലത്തെങ്ങുമില്ലാത്ത ഈ വിധമുള്ള ഒഴിവാക്കലുകളിലൂടെ കോൺഗ്രസ് മുന്നോട്ട് വെയ്ക്കുന്ന സന്ദേശമെന്തെന്ന് കൂട്ടിച്ചേർക്കുകയാണ് ജയ്പ്പൂർ പ്രസംഗത്തിൽ രാഹുൽ ഗാന്ധി.

ഇന്ത്യയെ ഒരു മതരാഷ്ട്രമാക്കണമെന്ന് പ്രഖ്യാപിച്ച ബി ജെ പിയെ നേരിടാൻ രാഹുൽ ഗാന്ധിയും അതേ വാദം അവതരിപ്പിക്കുന്നു. പൗരത്വ നിയമം, മുത്തലാഖിൽ, കശ്മീർ വിഭജനം, യു എ പി എ, എൻ ഐ എ നിയമഭേദഗതികൾ തുടങ്ങിയ വിഷയങ്ങളിലെല്ലാം ശക്തമായ പ്രതിഷേധമുയർത്തിയത് ഇടതു മതേതര പാർട്ടികളാണ്. തന്ത്രപരമായ അസാന്നിദ്ധ്യം കൊണ്ടാണ് കോൺഗ്രസ് സ്വയം അടയാളപ്പെടുത്തിയത്. ഗുജറാത്ത് കലാപം, ഒറീസ കന്ദമൽ കലാപം, മുസഫർ നഗർ കലാപം എന്നിവ ബി ജെ പി, ആസൂത്രണം ചെയ്തതാണെങ്കിൽ 1984–ൽ ദൽഹിയിലും പഞ്ചാബിലും മറ്റിടങ്ങളിലുമായി നടന്ന സിഖ് വംശഹത്യ ആസൂത്രണം ചെയ്തത് കോൺഗ്രസ് നേതാക്കളാണ്. അസമിലെ നെല്ലി കൂട്ടക്കൊല, ബാബറി ധ്വംസനവും വർഗീയ കലാപവും, ഭഗൽപൂർ, മീററ്റ് മൊറാദാബാദ് വർഗീയ കലാപങ്ങൾ എന്നിവ നടക്കുമ്പോൾ രാജ്യം ഭരിച്ചത് കോൺഗ്രസ് ആയിരുന്നു. ന്യൂനപക്ഷങ്ങളുടെ സുരക്ഷയെപ്പറ്റിയുള്ള തുടക്ക കാലത്തെ കോൺഗ്രസിന്റെ കരുതൽ പടിപടിയായി നഷ്ടപ്പെട്ടതിന്റെ അനുഭവങ്ങളാണ് ഇവയെല്ലാം.

സ്വാതന്ത്ര്യാനന്തരം ആറുപതിറ്റാണ്ട് കാലം ന്യൂനപക്ഷങ്ങൾക്ക് ആവശ്യമായ പൊതു ഇടങ്ങൾ ലഭിക്കാതെ പോയതിനെക്കുറിച്ച് സച്ചാർ കമ്മിറ്റി റിപ്പോർട്ട് ഓർമ്മിപ്പിക്കുന്നു. രാഷ്ട്രീയ വേദികളിലെ ന്യൂനപക്ഷ പങ്കാളിത്ത കുറവ് ദീർഘകാലാടിസ്ഥാനത്തിൽ ഇന്ത്യൻ സമൂഹത്തിലും രാഷ്ട്രീയത്തിലും പ്രതികൂല പ്രത്യാഘാതമുണ്ടാക്കുമെന്നും വിശദീകരിക്കുന്നു. പാർലമെന്റ് വിവിധ നിയമസഭാംഗങ്ങൾ, ഉദ്യോഗസ്ഥ പ്രാതിനിധ്യം, തൊഴിൽ പങ്കാളിത്തം എന്നിവ പ്രശ്നത്തിന്റെ ആഴത്തിലേക്ക് വിരൽ ചൂണ്ടുന്നു. ജനിച്ച മണ്ണിൽ അഭയാർത്ഥിയാകേണ്ടിവരുമോ എന്ന ഭയം പുകഞ്ഞുകൊണ്ടിരിക്കുന്നു. ന്യൂനപക്ഷ പ്രശ്നങ്ങൾ ഉന്നയിച്ചാൽ അത് മുസ്ലീം പ്രീണനമാണെന്നും വർഗീയതയാണെന്നും ആക്ഷേപിക്ക

ലാണ് ബി ജെ പിയുടെ രീതി. കേരളത്തിലെ കോൺഗ്രസിന് വ്യത്യസ്ത നേതൃനിര അവകാശപ്പെട്ടിരുന്നവർ ഈ അവകാശവാദത്തിൽ നിന്ന് പിന്മാറുന്നതിന് കാരണം ദേശീയ നേതൃത്വത്തിന്റെ ഹിന്ദുത്വ അജണ്ടയാണോ എന്ന ചോദ്യത്തിന് കൃത്യമായ മറുപടി പറഞ്ഞിട്ടില്ല. ഇന്ത്യൻ മതനിരപേക്ഷത വിറങ്ങലിച്ചുനിൽക്കുന്ന കാലത്ത് നിശ്ശബ്ദത എന്നത് മാരകമായ ഒരു കുറ്റകൃത്യമാണെന്ന് കോൺഗ്രസ് തിരിച്ചറിയണം.

ബുൾഡോസറുകളുടെ റിപ്പബ്ലിക്

യുദ്ധോത്സുകതയും ഹിംസാത്മകതയും സന്നിവേശിപ്പിച്ച ദേശീയതയെയാണ് തീവ്രവലതുപക്ഷം ലോകമെങ്ങും ആഘോഷിക്കുന്നത്. നവനാസി പ്രസ്ഥാനങ്ങളും യൂറോപ്പ്, അമേരിക്ക എന്നിവിടങ്ങളിൽ ശക്തിപ്പെടുന്ന വംശീയവാദവും മുതലാളിത്ത രാഷ്ട്രീയത്തിന്റെ ഉപോൽപ്പന്നങ്ങളാണ്. അഭയാർത്ഥികളോടും കുടിയേറ്റക്കാരോടുമുള്ള അവരുടെ വെറുപ്പ് ആളിക്കത്തുകയാണ്. ന്യൂനപക്ഷ ജനവിഭാഗങ്ങളെ മുഴുവൻ സംശയിക്കുകയും ഭീകരവാദിയെന്നും രാജ്യദ്രോഹിയെന്നും മുദ്രകുത്തുകയും ചെയ്യുന്ന പ്രവണത ശക്തിപ്രാപിക്കുകയാണ്. പുതിയ സംഭവങ്ങളെ, രണ്ടാം ലോകയുദ്ധ കാലത്ത് ഹിറ്റ്ലർ നടപ്പാക്കിയ ജൂതവിരുദ്ധതയോടും കമ്യൂണിസ്റ്റ് വിരുദ്ധതയോടും വംശീയ വിദ്വേഷത്തോടും ചേർത്തു വായിക്കുമ്പോഴാണ് പ്രശ്നത്തിന്റെ ആഴം മനസ്സിലാവുക.

സ്വാതന്ത്ര്യ പ്രാപ്തിക്കു ശേഷം ഇന്ത്യൻ മതനിരപേക്ഷതയ്ക്ക് ഇത്രയേറെ, തുടർച്ചയായ വെല്ലുവിളി അഭിമുഖീകരിക്കേണ്ട ഘട്ടം ഇതുവരെയുണ്ടായിട്ടില്ല. ജനാധിപത്യവും സഹിഷ്ണുതയുമാണ് ഇന്ത്യയുടെ അടിസ്ഥാന മൂല്യങ്ങൾ. ദേശരാഷ്ട്രമെന്ന നിലയിൽ ഇന്ത്യ സങ്കൽപ്പിക്കപ്പെട്ടത് മുതൽ മതനിരപേക്ഷതയ്ക്കും സഹിഷ്ണുതയ്ക്കും കോട്ടം തട്ടാതെ സംരക്ഷിക്കാൻ രാഷ്ട്രശിൽപ്പികൾ പരമാവധി ശ്രമിച്ചിരുന്നതായിക്കാണാം. മതനിരപേക്ഷ ഇന്ത്യയുടെ പരിപാലനം ലക്ഷ്യമിട്ടാണ് സുസംഘടിതമായ ഭരണഘടന സംവിധാനം ചെയ്യപ്പെട്ടത്. എന്നാൽ, ഭരണഘടനയും രാഷ്ട്രശിൽപ്പികളും വിഭാവനം ചെയ്ത ജനാധിപത്യ മൂല്യങ്ങളേയും സഹവർത്തിത്വത്തിന്റെ അന്തരീക്ഷത്തെയും അക്ഷരാർത്ഥത്തിൽ ആക്രമിച്ച് മുറിവേൽപ്പിക്കുകയാണ് ഇപ്പോൾ അധികാരത്തിന്റെ ശക്തിയിലും പിന്തുണയോടെയും വർഗീയശക്തികൾ ചെയ്യുന്നത്. 'ഒറ്റ

പ്പെട്ടത്', 'ഞെട്ടലുളവാക്കുന്നത്' എന്നീ പ്രയോഗങ്ങളിൽ നിന്ന്, മതന്യൂനപക്ഷങ്ങൾക്കും ദളിതർക്കും നേരെയുള്ള അക്രമ സംഭവങ്ങൾ വ്യാപകവും സ്വാഭാവികവുമെന്ന് നിലയിലേക്ക് പരിവർത്തനം ചെയ്യപ്പെട്ടിരിക്കുന്നു. ഈ പരിണാമം വർഗീയ ഫാസിസത്തിന്റെ എക്കാലത്തെയും പ്രവർത്തന പദ്ധതിയുടെ ഭാഗമാണ്. അന്യവൽക്കരണവും അക്രമങ്ങളുടെ സ്വാഭാവികവൽക്കരണവും അവരുടെ പ്രത്യയശാസ്ത്ര പദ്ധതികളിൽ നിക്ഷിപ്തമാണ്. സമകാലിക അക്രമ പദ്ധതികളിൽ അവർ നിയതമായ രീതി ശാസ്ത്രം പിന്തുടരുന്നു എന്ന വസ്തുത പ്രത്യക്ഷത്തിൽത്തന്നെ ദൃശ്യമാണ്.

ഉത്സവാഘോഷങ്ങളുടെ പശ്ചാത്തലത്തിൽ ഇന്ത്യയിലെ വിവിധ സംസ്ഥാനങ്ങളിൽ മതവിദ്വേഷം ജനിപ്പിക്കാനും ആക്രോശ പ്രഖ്യാപനങ്ങൾ നടത്താനുമാണ് സംഘപരിവാർ നിലവിൽ ശ്രമിക്കുന്നതും വിജയം കൈവരിക്കുന്നതും. ബി.ജെ.പി ഭരിക്കുന്ന, സംസ്ഥാന സർക്കാരുകൾ വർഗീയ ശക്തികൾക്കു നേരെ കണ്ണടയ്ക്കുന്ന സംസ്ഥാനങ്ങളിലാണ് ആസൂത്രിതമായ അക്രമം അരങ്ങേറുന്നത്.

ന്യൂനപക്ഷങ്ങൾ അധിവസിക്കുന്ന പ്രദേശങ്ങൾ തെരഞ്ഞു പിടിച്ച്, ബുൾഡോസറിന്റെ യന്ത്രക്കൈകളുപയോഗിച്ച് ആരാധനാലയങ്ങളും വാസ സ്ഥാനങ്ങളും ഞെരിച്ചമർത്തുകയാണ്. പോലീസിന്റെയും സംഘപരിവാർ പ്രഭൃതികളുടെയും സഹായ സഹകരണങ്ങളോടെയാണ് ഇത് ചെയ്യുന്നത്. വാചാടോപത്തിൽ ഡിജിറ്റൽ ഇന്ത്യയെന്ന് ഗീർവാണം മുഴക്കുകയും അതേ സമയം തത്വത്തിൽ സഹസ്രാബ്ദങ്ങൾക്കു പുറകിലേക്ക് ജനതയെ നയിക്കുകയുമാണ് സംഘപരിവാർ ചെയ്യുന്നത്. സാങ്കേതിക വിദ്യയുടെ പ്രയോഗവൽക്കരണമല്ല, രാഷ്ട്രത്തിന്റെ ആത്മാവിനെ വെട്ടിമുറിക്കുന്ന സോഷ്യൽ എൻജിനിയറിങ്ങാണ് നിലവിൽ നടപ്പാകുന്നത്. അതിരുകളുടെയും അജൈവ വസ്തുക്കളുടെയും ഭൗമമണ്ഡലങ്ങളുടെയും സഞ്ചയമല്ല രാഷ്ട്രം. അത് ജീവിക്കുന്ന മനുഷ്യരുടെയും അവർ ഏറ്റെടുക്കുന്ന ജീവസന്ധാരണ പ്രവർത്തനങ്ങളുടെയും സജീവമണ്ഡലമാണ്. ജനതയാണ് രാഷ്ട്രം. ഇന്ത്യയാകട്ടെ ആ സജീവമണ്ഡലത്തിൽ മതനിരപേക്ഷ മൂല്യങ്ങളെ ആത്മാവിൽ വിളക്കിച്ചേർത്താണ് രാജ്യമെന്ന നിലയിൽ രൂപംകൊണ്ടതും വളർന്നതും നിലനിൽക്കുന്നതും.

ആയിരക്കണക്കിന് ജാതി, ഉപജാതി ഗോത്ര വിഭാഗങ്ങളെയും നിരവധി മതങ്ങളെയും അനേകം ഭാഷകളെയും ചേർത്തുപിടിച്ചാണ് ഇന്ത്യയുടെ നിലനിൽപ്പ്. ലോകത്തിലെ ഏറ്റവും ബൃഹത്തായ ഭരണഘടനയുള്ള രാഷ്ട്രങ്ങളിലൊന്നായ ഇന്ത്യ-മഹത്തായ ഭൂതകാല പാരമ്പര്യത്തിന്റെ പ്രയോഗാനുഭവങ്ങളെ ഉൾക്കൊണ്ടാണ് സർവപ്രതിസന്ധിയെയും അതിജീവിച്ചത്. സമാനമായ കാലത്ത് സ്വാതന്ത്ര്യം പ്രാപിച്ച രാജ്യങ്ങളിലൊക്കെയും ജനാധിപത്യത്തിന് അപഭ്രംശമുണ്ടായപ്പോൾ, ദീർഘ വീക്ഷണമുള്ള ഭരണഘടനയുടെ ബലത്തിലാണ് ഇന്ത്യ അത്തരമൊരവസ്ഥയിലേക്ക് വഴുതിപ്പോകാതെ നിന്നത്. ഏതെങ്കിലും ഒരു പ്രത്യേക മതത്തിന്

മറ്റു മതങ്ങളേക്കാൾ സ്ഥാനമോ പദവിയോ കൽപ്പിക്കുന്നില്ല. രാഷ്ട്ര ത്തിന് എല്ലാവരും തുല്യരാണ്. നിയമത്തിനു മുന്നിൽ തുല്യത മൗലി കാവകാശമാണ്. തീവ്രമതരാഷ്ട്രവാദവും അതിദേശീയതാ വാദവും അന്താരാഷ്ട്രതലത്തിൽത്തന്നെ വളർന്നുവരുന്നുണ്ട്. സംഘപരിവാർ നേതൃത്വത്തിലുള്ള യൂണിയൻ ഗവൺമെന്റ് ഫാസിസ്റ്റ് പ്രവണതകളു മായി ഇന്ത്യയിൽ അധികാരത്തിൽ തുടരുമ്പോൾ– പൗരത്വ നിയമം പോലെ ഭരണഘടനയെ വെല്ലുവിളിക്കുന്ന കരിനിയമങ്ങൾ നിർമിക്കുക യാണ്. പലപ്പോഴും പാർലമെന്റിനെപ്പോലും നോക്കുകുത്തിയാക്കിയാണ് കരിനിയമങ്ങൾ ചമച്ചെടുക്കുന്നത്.

ജനാധിപത്യ വിരുദ്ധ നീക്കങ്ങളിലൂടെ മോദി സർക്കാർ മതനിരപേ ക്ഷതയെ 'നിയമപര' മെന്നോണം ആക്രമിക്കുമ്പോൾ തെരുവിൽ ഹിന്ദുത്വ ശക്തികൾ അതിന്റെ പ്രയോഗ പംക്തിയായി ന്യൂനപക്ഷങ്ങളെ കടന്നാ ക്രമിക്കുന്നു. ആഘോഷങ്ങൾ അക്രമങ്ങളുടെ അവസരങ്ങളാക്കി മാറ്റുന്നു. മതപരിവർത്തനത്തിനെതിരെയെന്ന പേരിൽ ഭരണഘടനാ വിരുദ്ധമായ നിയമങ്ങൾ നിർമിക്കുന്നു. മതസൗഹാർദവും സഹിഷ്ണുതയും തകർക്കാ നുള്ള ഗൂഢപദ്ധതിയാണ് അരങ്ങേറുന്നത്.

ക്ഷേത്രോത്സവവുമായി ബന്ധപ്പെട്ട്, പതിറ്റാണ്ടുകളായി അതത് പ്രദേ ശത്ത് കച്ചവടത്തിനായി എല്ലാ മതസ്ഥരും പങ്കെടുക്കുമായിരുന്നു. എന്നാൽ, അടുത്ത കാലത്താണ് കർണാടകത്തിൽ മുസ്ലീങ്ങളെ ലേല ത്തിൽനിന്ന് വിലക്കിയത്. ദേശീയ തലത്തിൽ ഇത് വാർത്തയായി. രാജ്യത്ത് എവിടെ തൊഴിൽ ചെയ്യാനും കച്ചവടത്തിലേർപ്പെടാനുമുള്ള ഭരണഘടന അനുച്ഛേദം 19 പ്രദാനം ചെയ്യുന്ന പൗരസ്വാതന്ത്ര്യമാണ് അട്ടി മറിക്കപ്പെട്ടത്. അതോടൊപ്പം മതസൗഹാർദം തകർക്കാനുള്ള ശ്രമമാ ണിത്. ഉഡുപ്പി ഹൊസമാരി ഗുഡി, ഷിമോഗ തുടങ്ങിയ ക്ഷേത്രങ്ങളിൽ ഈ നിലപാട് സ്വീകരിച്ചു. മൂകാംബിക ക്ഷേത്രത്തിലും ഇപ്രകാരം മുസ്ലീ ങ്ങൾക്ക് കച്ചവട വിലക്ക് നടപ്പാക്കാൻ ശ്രമം നടക്കുന്നു. മതേതര പൊതു ഇടങ്ങളെ തകർത്തെറിഞ്ഞ് ഭീതിയുടേതായ അന്തരീക്ഷത്തിന്റെ സംസ്ഥാ നമാണ് ലക്ഷ്യം.

മധ്യപ്രദേശിലെ ഖർഖോണിൽ ആസൂത്രിത കലാപമാണ് ലക്ഷ്യം വച്ചത്. ന്യൂനപക്ഷ ജനവിഭാഗത്തിന്റെ സ്വത്തുവകകൾ ആക്രമിക്കപ്പെട്ടു. വാഹനങ്ങളും വീടുകളും തകർത്തു. ഗുജറാത്തിലെ കംബാത് നഗരത്തി ലുണ്ടായ സംഘർഷത്തിൽ ഒരു ജീവൻ അപഹരിക്കപ്പെട്ടു. ഭയചകിത രായ ന്യൂനപക്ഷങ്ങൾ സ്വന്തം പ്രദേശങ്ങൾ വിട്ടൊഴിയുന്ന വേദനിപ്പിക്കുന്ന കാഴ്ച രാജ്യം കണ്ടു. രാജസ്ഥാനിലെ മേവത്തിൽ ന്യൂനപക്ഷങ്ങൾക്കെ തിരെ നടന്ന അതിക്രമത്തിനു ശേഷം ഒരു നീണ്ട ശാന്തതയ്ക്കു ശേഷം, ഇപ്പോൾ കരൗളിയിലും സുർസഗറിലും സംഘർഷമുണ്ടായി. കന്നുകാ ലികളെ തെളിച്ചുപോയ ഒരു ബാലനെയും ബന്ധുവിനെയും ക്രൂരമായി കൊന്ന് കെട്ടിത്തൂക്കിയ ജാർഖണ്ഡിൽ നിന്ന് ഇപ്പോൾ വീണ്ടും ചോര മണം പടരുകയാണ്. നിരവധി ജില്ലകളിൽ അക്രമം നടന്നു. കൊലപാ

തകം റിപ്പോർട്ട് ചെയ്തു. ഡൽഹിയിലെ ദ്വാരകയിൽ പശു മാംസത്തിന്റെ പേരിൽ ഒരു നിരപരാധിയെക്കൂടി കൊന്നിരിക്കുന്നു.

ജഹാംഗിർ പുരിയിലെ ന്യൂനപക്ഷങ്ങളുടെ കെട്ടിടങ്ങൾ ഇടിച്ചു നിരത്തിയതിനു സമമായി രാമനവമിയുടെ മറവിൽ ഗുജറാത്തിലെ ഹിമ്മത് നഗറിലും ബുൾഡോസർ അതിക്രമമുണ്ടായി. ചെറുതെന്നോ വലുതെന്നോ വ്യത്യാസമില്ലാതെ വീടുകൾ ഇടിച്ചു നിരപ്പാക്കി. പലയിടത്തും പോലീസ് കൂട്ടുനിന്നു. വർഗീയ സംഘർഷമുണ്ടായ ഘട്ടത്തിൽ ഒരു കൊലപാതകവും അരങ്ങേറി. ഉത്തരാഖണ്ഡിലെ ഹൽദ്വാനി, ഹരിദ്വാർ എന്നിവിടങ്ങളിലും ഇപ്രകാരമുള്ള ബുൾഡോസർ വേട്ട നടന്നു. ബാബ്റി മസ്ജിദ് സംഭവത്തിനു ശേഷം ഈ ദിശയിൽ മുസ്ലിം ജനസമൂഹത്തെ ഭയപ്പെടുത്താനുള്ള നീക്കമാണ് മധുര, കാശി എന്നിവിടങ്ങളിലെ പള്ളികൾക്കു മേലുള്ള ഹിന്ദുത്വരുടെ അവകാശവാദം. മധുര ക്ഷേത്രത്തിനരികിലെ ഷാഹി ഈദ് ഗാഹ്, കാശി ക്ഷേത്രനരികിലെ ഗ്യാൻ വ്യാപി മസ്ജിദ് സ്ഥലങ്ങൾ ഹിന്ദുക്കൾക്ക് വിട്ടുനൽകണമെന്നാണ് ആവശ്യം. താജ്മഹൽ ലക്ഷ്യമാക്കി വീണ്ടും ബി ജെ പി വിദ്വേഷ പ്രചാരണം തുടങ്ങിയിരിക്കുന്നു. സമൂഹത്തിന്റെ വ്യത്യസ്ത അടരുകളിൽ അസ്വസ്ഥത പടർത്തുംവിധം വാക്കാലും ആയുധത്താലും സംഘർഷങ്ങൾ സൃഷ്ടിക്കാനാണ് കേരളത്തിലും ഹിന്ദുത്വവാദികൾ ശ്രമിക്കുന്നത്. മതമൈത്രിയെ തകർക്കാൻ ഏത് ശക്തിക്കെതിരെയും ഒന്നിച്ചുപോരാടാൻ കേരളീയ ജനത പ്രതിജ്ഞാബദ്ധമാണ്.

പിൻകവിത:

നിങ്ങളുടെ ബുൾഡോസറുകളെക്കാൾ
കരുത്തെനിക്കുണ്ട്
എന്റെ ഓർമ്മ നിങ്ങളുടെ
ഭരണകൂടത്തെക്കാൾ പ്രാചീനമാണ്
നിങ്ങൾക്ക് പതിനായിരം വീടുകൾ
ഒന്നിച്ച് ഇടിച്ചു തകർക്കാൻ കഴിഞ്ഞേക്കാം
പക്ഷേ ഞാൻ കുരുവിയെപ്പോലെയാണ്
ഞാൻ വീണ്ടും വീണ്ടും വീടു പണിയും
നിങ്ങളുടെ വിജയ പഥത്തിന്റെ
തുളകളിലും വിടവുകളിലും
വയ്ക്കോൽതുരുമ്പുകളും ചവറ്റുകൂനയിൽ
വലിച്ചെറിയപ്പെട്ട
ആധാർ കാർഡുകളും കൊണ്ട്
നിങ്ങൾക്ക് എത്രകുറി വേണമെങ്കിലും
തകർക്കാം എന്റെ വീട്.

അസർ ഉദ്ദീൻ, (ബംഗാളി, ഇംഗ്ലീഷ് കവി)

അസഹിഷ്ണുതയും ആൾക്കൂട്ടാധിപത്യവും

വൈവിധ്യപൂർണമായ ഇന്ത്യൻ സംസ്കാരത്തിന്റെ പ്രതീകങ്ങളാണ് ഉത്സവങ്ങളും ആഘോഷങ്ങളും. സഹിഷ്ണുതയുടെ സന്ദേശമാണ് അതിലൂടെ വിനിമയം ചെയ്യപ്പെടുന്നത്. എന്നാൽ, ഏറ്റവും ദൗർഭാഗ്യകരമായ സംഭവങ്ങളാണ് രാജ്യത്ത് അരങ്ങേറുന്നത്. ബി ജെ പി സർക്കാരുകളുടെ പിന്തുണയോടെ സംഘപരിവാർ നടത്തുന്ന ആക്രോശങ്ങളും അതിക്രമങ്ങളും ബഹുസ്വരതയുടെ ആഘോഷവേളകളെ അരക്ഷിതമാക്കുകയാണ്. ഇതരമതസ്ഥരെ വേട്ടയാടാനും കലാപങ്ങൾ സംഘടിപ്പിക്കാനുമാണവർ ശ്രമിക്കുന്നത്. രാമനവമിയുടെയും ഹനുമാൻ ജയന്തിയുടെയും വിജയദശമിയുടെയും ദിനരാത്രങ്ങളിൽ ഉത്തരേന്ത്യൻ സംസ്ഥാനങ്ങളിലും ബി ജെ പി അധികാരത്തിലിരിക്കുന്ന മറ്റ് സംസ്ഥാനങ്ങളിലും ന്യൂനപക്ഷ ജനവിഭാഗത്തിന് നേര വ്യാപക അതിക്രമം നടന്നു. രാജ്യതലസ്ഥാനം മുതൽ ഗ്രാമാന്തരങ്ങളിൽ വരെ സമാന രീതിയിൽ നടന്ന കലാപശ്രമം മറനീക്കി പുറത്തുവന്നു.

ഡൽഹിയിൽ കഴിഞ്ഞ നിയമസഭാ തിരഞ്ഞെടുപ്പിൽ സംഭവിച്ച കനത്ത തിരിച്ചടിയാണ് വർഗീയ ധ്രുവീകരണത്തിലൂടെ കാര്യങ്ങൾ വരുതിയിലാക്കാനുള്ള ശ്രമത്തിന് ആധാരം. 2020–ലെ ഡൽഹി കലാപത്തിനുശേഷം ഇപ്പോൾ ജഹാംഗിർപുരിയിൽ വർഗീയ കലാപം അഴിച്ചുവിടുന്നതിന്റെ ഉദ്ദേശ്യവും വ്യക്തമാണ്. പോലീസിന്റെ നിശ്ശബ്ദ പിന്തുണയോടെയാണ് കൊലവിളിയും അതിക്രമവും നടന്നത്. അത്യന്തം പ്രകോപനപരമായ നടപടികളിലൂടെ രംഗം വഷളാക്കിയശേഷമായിരുന്നു ന്യൂനപക്ഷ ജനവിഭാഗത്തിന്റെ സ്വത്തുവകകൾക്ക് നേരെയുള്ള അതിക്രമവും കുടിയൊഴിപ്പിക്കലും നടപ്പാക്കിയത്. ബുൾഡോസറുകളുടെ യന്ത്രക്കൈകൾ ഫാസിസ്റ്റ് പ്രത്യയശാസ്ത്രത്തിന്റെ പ്രയോഗവൽക്കരണമാണ്. മത

നിരപേക്ഷതയുടെയും സമാധാനത്തിന്റെയും സംരക്ഷണത്തിന് ബൃന്ദ കാരാട്ടിന്റെ നേതൃത്വത്തിൽ സി പി ഐ (എം) നടത്തിയ ധീരോജ്വല മായ ചെറുത്തുനിൽപ്പാണ് സംഭവത്തെ ദേശീയ ശ്രദ്ധയിലെത്തിച്ചത്. വി എച്ച് പി – ബജ്റംഗദൾ നേതാക്കളാണ് പള്ളി ആക്രമണത്തിനും നേതൃത്വം നൽകിയതെന്ന് വെളിവായിട്ടുണ്ട്. അസഹിഷ്ണുതയുടെ കാർ മേഘങ്ങൾ ഡൽഹിയെ അശാന്തമാക്കുമ്പോൾ, കോൺഗ്രസ് അശ്ലീലച്ചു വയുള്ള മൗനം ഭജിക്കുകയാണ്. ന്യൂനപക്ഷത്തിനു നേരെ ക്രൂരമായ അടി ച്ചമർത്തലുണ്ടായ ഒരു സന്ദർഭത്തിലും കോൺഗ്രസ് അവരുടെ നിശ്ശബ്ദത ഭഞ്ജിച്ചിട്ടില്ല. രാമനവമിയുമായി ബന്ധപ്പെട്ട് നാലു സംസ്ഥാനത്തുണ്ടായ വ്യാപക കലാപങ്ങളിൽ നഷ്ടപ്പെട്ടത് രണ്ട് ജീവനുകളാണ്. ഗുജറാത്ത്, മധ്യപ്രദേശ്, പശ്ചിമബംഗാൾ, ജാർഖണ്ഡ് സംസ്ഥാനങ്ങളിലാണ് ആസൂ ത്രിതമെന്ന് മനസ്സിലാകും വിധം അതിക്രമങ്ങൾ അരങ്ങേറിയത്. ഗുജറാ ത്തിലുൾപ്പെടെ പരീക്ഷിച്ചു വിജയിച്ച തന്ത്രങ്ങൾ രാജ്യവ്യാപകമായി നട ത്താനുള്ള പദ്ധതി മെനയുന്നു. സമകാലിക സാഹചര്യങ്ങളെ അതിന് അനുയോജ്യമെന്ന് കരുതി അഴിഞ്ഞാടുകയാണ്.

ആഘോഷ യാത്രകളുടെ വേളയിലെ സംഘപരിവാറിന്റെ പള്ളിയാ ക്രമണങ്ങൾക്ക് നൂറ്റാണ്ടിന്റെ പാരമ്പര്യം തന്നെയുണ്ട്. 1920–കളിൽ, ആർ. എസ്.എസിന്റെ കേന്ദ്രമായ നാഗ്പുരിൽത്തന്നെ ഹേഡ്ഗേവാറിന്റെയും മൂഞ്ചേയുടെയും നേതൃത്വത്തിൽ ഇതേ മാതൃകയിൽ പള്ളിയാക്രമണവും കലാപനീക്കവും നടന്നിട്ടുണ്ട്. ഈ സംഭവങ്ങളെ പിൽക്കാലത്ത് സംഘ പരിവാർ ചിന്തകർ അവതരിപ്പിക്കുന്നത് അഭിമാന ബോധത്തോടെയാണെ ന്നത് ആപൽക്കരമായ സ്ഥിതിവിശേഷമാണ്. മുസ്ലീം ഭൂരിപക്ഷ പ്രദേശ ങ്ങളിലേക്ക് ആക്രോശവുമായി പ്രകോപനപരമായ രീതിയിൽ നടത്തുന്ന ഘോഷയാത്രയും തുടർന്നുണ്ടാകുന്ന പ്രതികരണവും പ്രയോജനപ്പെ ടുത്തി ശക്തവും വ്യാപകവുമായ ആക്രമണം അഴിച്ചുവിടലാണ് ഇവരുടെ രീതി. ന്യൂനപക്ഷങ്ങൾ അധിവസിക്കുന്ന വീടുകളുടെയും ചേരികളുടെയും നേരെയുള്ള ആക്രമണമാണ് അടുത്ത പടി. വിലക്കയറ്റവും അസമത്വവും കൊണ്ട് പൊറുതിമുട്ടുന്ന ഇന്നത്തെ സ്ഥിതിയിൽ നിന്ന് സാധാരണക്കാ രന്റെ ശ്രദ്ധയെ മാറ്റി, വർഗീയതയിൽ കൊണ്ടു കെട്ടാനുള്ള സ്ഥിരം തന്ത്ര മാണ് ഇവിടെയും നടപ്പായത്. കർണാടകയാണ് ദക്ഷിണേന്ത്യയിലെ സംഘപരിവാറിന്റെ വിദ്വേഷ പരീക്ഷണശാല. നാടിന്റെ സമാധാനാന്ത രീക്ഷത്തിന് നേരെ പാഞ്ഞടുക്കുകയും ദീർഘകാലത്തേക്ക് വലിയ മുറി വുണ്ടാക്കുകയും ചെയ്യുന്ന ശക്തികളെപ്പറ്റി മൗനം പാലിക്കുന്ന മാധ്യമ ങ്ങളുടെ നിലപാട് അപലപനീയമാണ്. വർഗീയ ശക്തികൾക്കെതിരെ പ്രതി കരിക്കാനോ അപകടം തിരിച്ചറിയാനോ കോൺഗ്രസിനാകുമെന്ന പ്രതീക്ഷ അസ്ഥാനത്തായിട്ട് നാളേറെയായി.

നവോത്ഥാനത്തിന്റെ മഹിത പാരമ്പര്യവും ഇടതുപക്ഷത്തിന്റെ നിശ്ച യദാർഢ്യവും മലയാളിയുടെ മതനിരപേക്ഷക്കൂറുമാണ് നമ്മുടെ ആരാ ധാനാലയങ്ങളെ സ്നേഹാലയങ്ങളാക്കി നിലനിർത്തിയത്. ശ്രീനാരായ

ണഗുരുവിന്റെ ശിഷ്യനായ സ്വാമി ആനന്ദതീർത്ഥനുൾപ്പെടെയുള്ളവരുടെ ശ്രമഫലമായാണ് ഉത്തരകേരളത്തിലെയും മറ്റും 'പാലോട്ടുകാവു'കളിൽ ഹൈന്ദവജനതയിലെ 'കീഴ് ജാതി'ക്കാരായി അന്ന് കണക്കാക്കപ്പെട്ടു പോന്നവർക്കു പോലും പ്രവേശനം സാധ്യമാക്കിയത്. എന്നാലിപ്പോൾ അവിടെപ്പോലും മതവിവേചനം പടർത്തുന്ന ബോർഡുകളുയരുന്നത് അത്യന്തം പ്രതിഷേധാർഹമാണ്. രാജ്യത്തെ ഭൂരിപക്ഷ –ന്യൂനപക്ഷ വർഗീയ ശക്തികളുടെ പ്രവർത്തനപാതയും ഉദ്ദേശ്യലക്ഷ്യങ്ങളും പകൽ പോലെ വ്യക്തമാണ്. ഏറ്റവും ശക്തമായ പ്രതിരോധവും ജാഗ്രതയും ആശയപ്രചാരണവുമാണ് നാം ഏറ്റെടുക്കേണ്ടത്.

വ്യത്യസ്ത മതത്തിൽപ്പെട്ടവരാകയാൽ ഉപജീവനവും തൊഴിലും കച്ചവടവും നിഷേധിക്കുകയാണ് കർണാടകത്തിലെ വർഗീയ വാദികൾ. ആർ എസ് എസിന്റെ ആക്രമണങ്ങളിൽ അവരോടൊപ്പം ആഹ്ലാദചിത്തരാകുന്ന എസ് ഡി പി ഐ ഉൾപ്പെടെ തീവ്ര ഇസ്ലാമിസ്റ്റ് സംഘടനകൾ സംഘർഷങ്ങൾ ആഗ്രഹിക്കുകയും സാഹചര്യങ്ങളെ കൂടുതൽ കലുഷിതമാക്കുകയും ചെയ്യുകയാണ്. കൊലപാതകക്കണക്കിൽ അക്കമൊപ്പിക്കാൻ പരിശീലിപ്പിച്ച ഗുണ്ടകളെ മണിക്കൂറുകൾക്കുള്ളിൽ രംഗത്തിറക്കുന്ന ഇരുവിഭാഗവും പരസ്പരം പാലൂട്ടി വളർത്തുന്ന ശക്തികളാണെന്ന് കേരള ജനത തിരിച്ചറിഞ്ഞിട്ട് നാളേറെയായി. രാഷ്ട്രീയ ഉപശാലകളിൽ കൂട്ടുകച്ചവടത്തിന്റെ പങ്കാളികളാണ് ഇരുകൂട്ടരും.

അത്യന്തം ഗുരുതരമായ സ്ഥിതിവിശേഷത്തിലേക്കാണ് രാജ്യം നീങ്ങുന്നത്. മനസ്സുകളിൽ കാലുഷ്യം നിറച്ച് മനുഷ്യനെ മതത്തിന്റെ കളങ്ങളിൽ ഒതുക്കി ഭരണാധികാരികൾ തന്നെ മനുഷ്യത്വത്തിന് അറവുശാലകൾ ഒരുക്കുന്നു. മതംപറഞ്ഞ് ഇവർ ഇന്ത്യയെ എങ്ങോട്ടാണ് നയിക്കുന്നത്?

ഡൽഹി വംശഹത്യയുടെ പാഠങ്ങൾ

ആധുനിക ദൽഹിയുടെ രാഷ്ട്രീയപരിണാമവും സാംസ്കാരിക വ്യവഹാരവും ഉൾച്ചേർന്ന കൃതിയാണ് എം മുകുന്ദന്റെ *ദൽഹി ഗാഥ കൾ.* അടിയന്തരാവസ്ഥയും സിഖ് വംശഹത്യയും മുസ്ലീം വിരുദ്ധതയും എങ്ങനെയാണ് ഒരു നഗരത്തെ സ്വാധീനിച്ചതെന്ന് വിവരിക്കുന്നു. 'ദൽഹി കബർസ്ഥാനുകളുടെ നഗരമാണ്. ആയിരക്കണക്കിന് കബറുകൾ പൊട്ടിയും തകർന്നും നഗരത്തിലുടനീളം ചിതറിക്കിടപ്പുണ്ട്. കാലപ്പഴക്കം കാരണം അതിന്റെയൊക്കെ കല്ലുകൾക്ക് അർബുദം ബാധിച്ചിരിക്കുന്നു. നിർജ്ജീവമായ കബറുകളുടെ മാത്രമല്ല ചോരയുണങ്ങിയിട്ടില്ലാത്ത മൃത ദേഹങ്ങളുടെയും നഗരമാണ് ഇപ്പോൾ ദൽഹി.' 1984–ലെ സിഖ് കൂട്ടക്കു രുതിയുടെ നാളുകളെ കൺമുന്നിലെത്തിക്കുന്ന വരികളാണിത്. ആ സംഭ വത്തിന് ശേഷം ദൽഹി കണ്ട ഏറ്റവും വലിയ വംശീയ അതിക്രമമാണ് 2020 ഫെബ്രുവരിയിൽ അരങ്ങേറിയത്. രണ്ട് കൂട്ടക്കൊലകൾക്കും പിന്നിൽ കേന്ദ്രഭരണകക്ഷി നേതാക്കളുടെ ഗൂഢാലോചന വ്യക്തമാണ്. അന്ന് രാജ്യം ഭരിച്ചത് കോൺഗ്രസ്സും ഇന്ന് ബി.ജെ.പി യും. 2020 ഫെബ്രുവരി യിലെ ന്യൂനപക്ഷ വിരുദ്ധകലാപത്തിൽ അമ്പത്തിമൂന്ന് പേർ കൊല്ലപ്പെട്ടു. അഞ്ഞൂറിലധികംപേർക്ക് പരിക്കേറ്റു. ആയിരങ്ങൾ വീടുപേക്ഷിച്ചു. വാണിജ്യ സ്ഥാപനങ്ങളും വീടുകളും തകർക്കപ്പെട്ടു. ആരാധാനാലയ ങ്ങൾ നശിപ്പിച്ചു. കോടികളുടെ നഷ്ടമുണ്ടായി. ഇരു മതവിഭാഗക്കാർ തമ്മിലുണ്ടായ സംഘർഷമല്ല; ആസൂത്രിതവും ഏകപക്ഷീയവുമായ സംഘപരിവാർ വേട്ടയാണ്. സംഭവത്തെ സംബന്ധിച്ച്, ദൽഹി ന്യൂനപക്ഷ കമ്മീഷൻ നിയോഗിച്ച വസ്തുതാന്വേഷണ സമിതിയുടെ റിപ്പോർട്ട് ഗൗര വപൂർവ്വം പരിഗണിക്കേണ്ടതുണ്ട്.

മതനിരപേക്ഷ ഭരണഘടനയെയും പൗരത്വത്തെയും സംരക്ഷിക്കാ

നാണ് 2019–20 കാലയളവിൽ രാജ്യത്ത് വലിയ സമരങ്ങളുയർന്നത്. പൗര ത്വഭേദഗതി നിയമം അംഗീകരിച്ചതോടെ മത വിവേചനം യാഥാർത്ഥ്യ മായി. മുസ്ലീം വിഭാഗത്തിൽപ്പെട്ട അഭയാർത്ഥികൾ, ഭരണകൂടം സംശയി ക്കുന്ന മുസ്ലീങ്ങൾ, ഇന്ത്യയിലേക്ക് കുടിയേറിയ ശ്രീലങ്ക, നേപ്പാൾ, ഭൂട്ടാൻ രാജ്യങ്ങളിൽ നിന്നുള്ളവർ തുടങ്ങിയവരൊക്കെയും ബഹിഷ്കൃതരാകു മെന്ന സ്ഥിതി വന്നു. ഇടതുപക്ഷ–മതനിരപേക്ഷ പാർട്ടികൾ, മതേതരത്വം ഉയർത്തിപ്പിടിക്കുന്ന എല്ലാ സംഘടനകളും വ്യക്തികളും, ശക്തമായി പ്രതി ഷേധിച്ചു. ബുദ്ധിജീവികൾ, മുൻ ന്യായധിപന്മാർ, മുൻ സിവിൽ സർവ്വീസ് ഉദ്യോഗസ്ഥർ, എഴുത്തുകാർ, നയതന്ത്രജ്ഞർ, അക്കാദമിക് പണ്ഡിതർ സമരത്തെ പിന്തുണച്ചു. നിയമത്തിനെതിരെ കേരള നിയമസഭ ആദ്യം പ്രമേയം പാസ്സാക്കി. ദൽഹിയിലെ ജെ.എൻ.യു, ജാമിയ മില്ലിയ എന്നിവി ടങ്ങളിൽ ശക്തമായ വിദ്യാർത്ഥി സമരം ഉയർന്നു. അതിനെയെല്ലാം പോലീസ് ഭീകരമായാണ് നേരിട്ടത്. വിദ്യാർത്ഥികൾ പിന്മാറിയില്ല. ശഹീൻ ബാഗിൽ സമരം ശക്തിപ്പെട്ടു. ഫെബ്രുവരി 23 ന് വടക്കുകിഴക്കൻ ദൽഹി യിലെ ജഫ്രാബാദിൽ സ്ത്രീകൾ ഒത്തുകൂടി റോഡ് ഉപരോധിച്ചു. സമാധാനപരമായ സമരമായിരുന്നു. എന്നാൽ ബി ജെ പി നേതാവ് കപിൽ മിശ്രയും സംഘവും അതിനടുത്തായി മൗജ്പൂരിൽ സംഘടിച്ച് പ്രകോ പനം സൃഷ്ടിച്ചു. ദൽഹി സന്ദർശിക്കുന്ന അമേരിക്കൻ പ്രസിഡന്റ് പോകുംവരെ തങ്ങൾ സംയമനം പാലിക്കുമെന്നും അത് കഴിഞ്ഞ് ആക്ര മണം നടത്തുമെന്നും പറഞ്ഞു. റോഡിൽ നിന്ന് പോയില്ലെങ്കിൽ സി എ എ പ്രതിഷേധക്കാരെ തുരത്തുമെന്നും പോലീസ് പറയുന്നത് തങ്ങൾ അനുസരിക്കില്ലെന്നും പ്രസംഗിച്ചു. ഇതിന് സാക്ഷിയായി ഡിസിപി പ്രകാശ് സൂര്യയും പോലീസുകാരും നിലയുറപ്പിച്ചു. പ്രകോപനപരമായ പ്രസംഗത്തിനെതിരെ ഒരു നടപടിയുമെടുത്തില്ല. പൗരത്വസമരം നട ത്തിയ സ്ത്രീകൾക്ക് നേരെ കല്ലേറ് ആരംഭിച്ചു. വൈകാതെ തന്നെ ട്രാക്റ്റർ, ലോറികൾ എന്നിവയിൽ കല്ലും ആയുധങ്ങളും എത്തിച്ചു. തുടർന്നുള്ള മൂന്ന് ദിവസം ജഫ്രാബാദ്, മൗജ്പൂർ, ശിവ് വിഹാർ, മുങ്ക നഗർ, കരവൽ നഗർ, ഭജൻപുര, യമുന വിഹാർ, മുസ്തഫാബാദ്, ബ്രിജ് പുരി, അശോക് നഗർ, ചാന്ദ് ബാഗ്, സീലംപൂർ, ഖജൂരി ഖാസ്, ഗോകുൽ പുരി, ബാബർപ്പൂർ എന്നിവിടങ്ങളിലേക്ക് ആക്രമണം വ്യാപിച്ചു.

ജയ് ശ്രീറാം വിളികൾ കൊലവിളികളായി മുഴങ്ങിക്കേട്ടു. നിരവധി മസ്ജിദുകളും മദ്രസകളും സ്കൂളുകളും നശിപ്പിച്ചു. ശ്മശാനത്തിനു നേരെയും ആക്രമണമുണ്ടായി. വീടുകൾ കൊള്ളയടിച്ചു. വൻ തോതിൽ നാടൻ തോക്കുകൾ ഇറക്കുമതി ചെയ്തു. ഹിന്ദു മതസ്ഥരുടെ ഭവനങ്ങൾ, വ്യാപാര സ്ഥാപനങ്ങൾ എന്നിവ തിരിച്ചറിയാൻ അവിടെ കാവിക്കൊടി കെട്ടണമെന്ന് നിർദ്ദേശിച്ചു. അതിലൂടെ മുസ്ലീങ്ങളുടെ സ്ഥാപനങ്ങൾ തിരി ച്ചറിയാനും സായുധാക്രമണം നടത്താനും കഴിഞ്ഞു. (സിഖ് വിരുദ്ധ കലാപത്തിലും ഇത്തരം അടയാളപ്പെടുത്തലുകൾ നടന്നിട്ടുണ്ട്). നിരവധി ഓട്ടോറിക്ഷ, കാർ ബൈക്ക്, ലോറി എന്നിവ തീയിട്ട് നശിപ്പിച്ചു. പെട്രോൾ

പമ്പുകൾ തകർത്തു.

വടക്ക് കിഴക്കൻ ഡൽഹി കലാപ കലുശിതമായി നിരവധി പേർ വെടിയേറ്റ് മരിച്ചു. മൂർച്ചയേറിയ ആയുധങ്ങൾ പ്രയോഗിച്ചു. ഗുരുതര പരിക്കേറ്റവരെക്കൊണ്ട് റോഡുകൾ നിറഞ്ഞു. ഓരോ മരണവാർത്തയും ഹൃദയഭേദകമായിരുന്നു. ഖജൂരി ഖാസിൽ മുഹമ്മദ് മുനസിർ എന്ന ബിരിയാണി വിൽപ്പനക്കാരൻ, തന്റെ ജീവിത സമ്പാദ്യം മുടക്കി കെട്ടിപ്പൊക്കിയ 24 ലക്ഷം രൂപയുടെ വീട് അക്രമികൾ തീയിട്ട് നശിപ്പിച്ചു. മറ്റൊരു വീട്ടിൽ കൊള്ളനടത്തി. 8 ലക്ഷം വിലവരുന്ന സ്വർണ്ണവും പണവും അപഹരിച്ചു. തുടർന്ന് അവിടെയും തീയിട്ടു. 85 വയസ്സുള്ള അക്ബാരി എന്ന സ്ത്രീ വെന്ത് മരിച്ചു. പ്രായാധിക്യം കാരണം അവർക്ക് ഓടി രക്ഷപ്പെടാൻ കഴിഞ്ഞില്ല. മുസ്തഫ ബാദിൽ അഷ്ഫാഖ് എന്ന യുവാവിനെ ആൾക്കൂട്ടം കൊന്നുതള്ളി. വിവാഹം കഴിഞ്ഞ് രണ്ടാഴ്ച മാത്രം പിന്നിട്ട ഒരു യുവാവായിരുന്നു അയാൾ. കർദാം പൂരിൽ ആൾക്കൂട്ട അതിക്രമത്തിൽ ഫൈസാൻ കൊല്ലപ്പെട്ടു. ഭാര്യക്കും മക്കൾക്കും ഭക്ഷണം വാങ്ങാൻ പോയ മുഹമ്മദ് ഫുർഖാൻ വധിക്കപ്പെട്ടു. ബാബു ഖാൻ എന്ന പാവം മനുഷ്യന്റെ രണ്ടുമക്കൾ ഹാഷീമും, ആമീറും കൊല്ലപ്പെട്ടു. അവരുടെ പേരിൽ പോലീസ് കേസെടുക്കുകയും ചെയ്തു. മുസ്തഫാ ബാദിനടുത്ത് ചായ കുടിക്കാൻ ചെല്ലുമ്പോഴാണ് മഹ്താബ് ആക്രമിക്കപ്പെട്ടത്. മാനസിക വളർച്ചയില്ലാത്ത, അതുകൊണ്ട് തന്നെ കുട്ടിത്തം വിട്ടുമാറാത്ത ആ മനുഷ്യനെ അരയ്ക്ക് താഴെ തീ കൊളുത്തി, മുഖത്തു ക്രൂരമായി വെട്ടി വീഴ്ത്തി. സംഘർഷത്തിന്റെ വ്യാപ്തി മനസിലാക്കാൻ പോലും കഴിയാത്തയാളുടെ ദാരുണാന്ത്യം! വെടിയേറ്റവരും, വെട്ടേറ്റവരും മണിക്കൂറുകൾ തെരുവിൽ കിടന്നു. പോലീസ് ശ്രദ്ധിച്ചതേയില്ല. ആശുപത്രികളിൽ പോലും അവർ അവഗണിക്കപ്പെട്ടു. ബാറ്റ്, ഇരുമ്പ് ദണ്ഡ്, മഴു, കമ്പിപ്പാര, ഹോക്കി സ്റ്റിക് എന്നിവ ഉപയോഗിച്ചും അതിക്രമം നടത്തി. ഗർഭിണിയും വയോവൃദ്ധരും സ്ത്രീകളും ഇരകളായി. പെട്രോൾ ബോംബുകൾ പ്രയോഗിച്ചു. മലിന ജലത്തിൽ നിന്നും ഉയർന്നുവന്ന അനേകം മൃത ദേഹങ്ങൾ സിഖ് വംശഹത്യയെ ഓർമിപ്പിച്ചു. തിരിച്ചറിയപ്പെടാത്ത ശവശരീരങ്ങൾ ദൽഹിയെ നടുക്കി. നിരവധി പേരെ കാണാതായി. കൂട്ടക്കവർച്ച വ്യാപകമായി. മതവും, തിരിച്ചറിയൽ കാർഡും ചോദിച്ചുള്ള ആക്രമണം വർദ്ധിച്ചു. ഐ ബി ജീവനക്കാരൻ അങ്കിത് ശർമ്മയും ഗോകുൽ പുരിയിലെ ഹെഡ്കോൺസ്റ്റബിൾ രത്തൻലാലും കൊല്ലപ്പെട്ടു.

ജെ കെ 24 ചാനൽ റിപ്പോർട്ടർ ആകാശ് നാപ്പയ്ക്ക് വെടിയേറ്റു. എൻ ഡി ടിവിയിലെ അരവിന്ദ് ഗുണശേഖറിനെ ഭീകരമായി മർദ്ദിച്ചു. സൗരഭ് ശുക്ല എന്ന മാധ്യമ പ്രവർത്തകൻ മർദ്ദനത്തിൽ നിന്ന് രക്ഷപ്പെട്ടത് രുദ്രാക്ഷം കാണിച്ചതുകൊണ്ടും ശുക്ല എന്ന പേരിൽ നിന്ന് ബ്രാഹ്മണനാണെന്ന് 'തിരിച്ചറിയ'പ്പെട്ടതുകൊണ്ടുമാണ്. അതുവരേക്കും മർദ്ദനം ലഭിച്ചു. *ടൈംസ് ഓഫ് ഇന്ത്യ* ഫോട്ടോഗ്രാഫർ ആനിന്ത്യാ ചതോപാധ്യായയുടെ മതം കണ്ടെത്താൻ വസ്ത്രം അഴിച്ചുള്ള പരിശോധനയ്ക്ക്

തുനിഞ്ഞു. 'ഹിന്ദു നാമധാ'രികൾ ആയതുകൊണ്ട് മാത്രം ജീവൻ തിരിച്ചുകിട്ടിയവർ, രാജ്യത്തിന്റെ ഈ അവസ്ഥയെ ഓർത്ത് ലജ്ജിച്ചു. മലയാളി മാധ്യമ പ്രവർത്തകരും വേട്ടയാടപ്പെട്ടു.

ന്യൂനപക്ഷങ്ങളുടെ പരിരക്ഷ ഉറപ്പുവരുത്താൻ സംസ്ഥാന നിയമസഭ ആക്ടിലൂടെ സ്ഥാപിതമായ സംവിധാനമാണ് ദൽഹി ന്യൂനപക്ഷ കമ്മീഷൻ. മുസ്ലീം, ക്രിസ്ത്യൻ, ബുദ്ധ, ജൈന, പാഴ്സി വിഭാഗങ്ങളുടെ പരിരക്ഷയാണ് കമ്മീഷന്റെ ദൗത്യം. ദൽഹി സംഭവത്തെപ്പറ്റി പരിശോധിക്കാൻ നിയോഗിച്ച വസ്തുതാന്വേഷണ സമിതിയിൽ, സുപ്രീം കോടതി അഭിഭാഷകൻ എം ആർ ഷംഷാദ്, പൊതുപ്രവർത്തകൻ ഗുർ മിന്ദർ സിംഗ് മത്താരു, സാമൂഹിക പ്രവർത്തക തൻവീർ കാസി, അദിതി ദത്ത, പ്രൊഫസർ ഹസീന ഹാഷിയ, അഡ്വ. തെഹ് മിന അറോറ, സലിം ബെയ്ഗ്, അബൂബക്കർ സബ്ബാക്ക്, ദേവിക പ്രസാദ് തുടങ്ങിയ പലരും അംഗങ്ങളായിരുന്നു. അതിക്രമത്തെ സംബന്ധിച്ച് വിശദമായ റിപ്പോർട്ട് തയ്യാറാക്കി ഡൽഹി സർക്കാരിന് സമർപ്പിച്ചു. ഡൽഹി നിയമസഭാ തിരഞ്ഞെടുപ്പ്, പൗരത്വസമരം എന്നിവയുടെ പശ്ചാത്തലം റിപ്പോർട്ടിൽ വിശദീകരിച്ചിട്ടുണ്ട്. സമരത്തിൽ പങ്കെടുത്തവർക്കെതിരെ ജനങ്ങളെ ഇളക്കിവിടാനും ദേശവിരുദ്ധരായി മുദ്രകുത്താനും പ്രചരണം നടന്നതായി റിപ്പോർട്ടിൽ ഉണ്ട്. പൗരത്വസമരം നടത്തുന്നവർ 24 മണിക്കൂറിനകം പിരിഞ്ഞുപോയില്ലെങ്കിൽ തങ്ങൾ നിയമം കൈയിലെടുക്കുമെന്ന് ഫെബ്രുവരി 23 ന് കപിൽമിശ്ര പ്രഖ്യാപിച്ചിരുന്നു. ഇതിനെ തുടർന്നാണ് അക്രമം ആരംഭിച്ചത്. 'ജയ് ശ്രീറാം, ഹർഹർ മോദി, ഈ മുല്ലകളെ കൊന്നൊടുക്കൂ' തുടങ്ങിയ മുദ്രാവാക്യങ്ങൾ മുഴക്കിയാണ് കലാപകാരികൾ വന്നത്. മുസ്ലീങ്ങളെ അവരുടെ സ്വത്വം തിരഞ്ഞ്, അതിലൂടെ ആക്ഷേപിക്കുകയും അക്രമിക്കുകയും ചെയ്തു. പുരുഷന്മാരെ ക്രൂരമായി വേട്ടയാടി. സ്ത്രീകൾക്കെതിരെ ലൈംഗികാധിക്ഷേപം ഉൾപ്പെടെ നടത്തി തുടർച്ചയായി അപമാനിച്ചു. അനേകം ആരാധനാലയങ്ങൾക്കും വീടുകൾക്കും വ്യവസായസ്ഥാപനങ്ങൾക്ക് നേരെയും ആക്രമണം നടന്നു. ഇരു മതവിഭാഗത്തിൽപ്പെട്ടവരുടെ സ്ഥാപനങ്ങളുള്ള കേന്ദ്രങ്ങളിൽ മുസ്ലീങ്ങളുടേതുമാത്രം തകർക്കപ്പെട്ടു. ദൽഹി കലാപം പെട്ടെന്നുണ്ടായതാണെന്ന വാദത്തെ റിപ്പോർട്ട് തള്ളിക്കളയുന്നു. കൃത്യമായ ആസൂത്രണവും ഗൂഢാലോചനയും നടന്നിട്ടുണ്ട്. പുറമേനിന്നുള്ളവരുടെ സാന്നിദ്ധ്യവും അവർ സൂക്ഷിച്ച ആയുധങ്ങളും അതിന് തെളിവാണ്. പോലീസ് അവരെ പ്രതിരോധിച്ചതുമില്ല. അക്രമികളിൽ നിന്ന് ജനങ്ങളെ രക്ഷിക്കാൻ നിയമപാലകർക്കും ജില്ലാ ഭരണകൂടത്തിനും കഴിഞ്ഞില്ല. തീവെയ്പ്പ്, കൊള്ള എന്നിവയെ പറ്റി പ്രാഥമിക കണക്കെടുപ്പ് പോലും നടന്നില്ല. ടെലിഫോണിലൂടെ പ്രതികരിക്കാനോ യഥാസമയം കേസ് എടുക്കാനോ ജനക്കൂട്ടത്തെ പിരിച്ച് വിടാനോ പോലീസ് തയ്യാറായില്ല. എന്നാൽ പരാതിക്കാരെ കള്ളക്കേസിൽ കുടുക്കി അറസ്റ്റ് ചെയ്ത നിരവധി സംഭവമുണ്ടായി. പരാതി നൽകാൻ ന്യൂപക്ഷങ്ങൾ ഭയപ്പെട്ടു.

ഇരകൾക്ക് നഷ്ടപരിഹാരം നൽകുന്ന കാര്യത്തിൽ ദൽഹി സർക്കാർ വീഴ്ച വരുത്തിയതായി റിപ്പോർട്ട് ചൂണ്ടിക്കാട്ടി. ദുരിതാശ്വാസ കേന്ദ്രങ്ങളിൽ നിന്ന് പോലും ന്യൂനപക്ഷങ്ങൾ ഒഴിഞ്ഞുപോകേണ്ടി വന്നു. കേന്ദ്ര ആഭ്യന്തര വകുപ്പിന് കീഴിലുള്ള ദൽഹി പോലീസ് വസ്തുതാന്വേഷണ സമിതിയോട് സഹകരിച്ചില്ല എന്ന വിമർശനവും ന്യൂനപക്ഷ കമ്മീഷൻ രേഖപ്പെടുത്തി. സംഭവത്തിലെ പ്രതികളുടെയും തടവിലാക്കപ്പെട്ടവരുടെയും വിവരങ്ങൾ എഫ് ഐ ആർ പകർപ്പുകൾ എന്നിവ പോലീസ് ലഭ്യമാക്കിയിട്ടില്ല. ദൽഹി കലാപത്തെ സംബന്ധിച്ച് ജുഡീഷ്യൽ അന്വേഷണം നടത്തണമെന്ന ശുപാർശയും ന്യൂനപക്ഷ കമ്മീഷൻ മുന്നോട്ട് വെച്ചു. ഈ റിപ്പോർട്ട് ജനാധിപത്യ ഇന്ത്യയുടെ മുറിവുകളെ സാക്ഷ്യപ്പെടുത്തുന്നു.

കലാപത്തിന്റെ നാളുകളിൽ ഉയർന്നുവന്ന മതനിരപേക്ഷതയുടെ മാതൃകകൾ വിസ്മരിക്കാനാവില്ല. അക്രമികളിൽ നിന്ന് രക്ഷതേടിയ മുസ്ലീങ്ങൾക്ക് ഹിന്ദു-സിഖ് വിശ്വാസികളും ദേവാലയങ്ങളും അഭയം നൽകി. ദുരിതാശ്വാസ ക്യാമ്പുകളിൽ സിഖ് സംഘടനകൾ സഹായഹസ്തവുമായെത്തി. മുസ്ലീംപള്ളികളിൽ കാവിക്കൊടി കെട്ടിയ അക്രമികൾക്കെതിരെ ഹിന്ദു മതവിശ്വാസികൾ രംഗത്തുവന്നു. ഒരു മസ്ജിദിൽ സംഘപരിവാർ സ്ഥാപിച്ച കാവിക്കൊടി പരസ്യമായി അഴിച്ചുമാറ്റിയ രവി പരാശർ എന്ന യുവാവിന്റെ ചിത്രം വൈറലായി. ഹിന്ദു – മുസ്ലീം സാഹോദര്യത്തിലാണ് തന്റെ വിശ്വാസമെന്ന് അയാൾ പ്രഖ്യാപിച്ചു. ദളിത് വിഭാഗത്തിൽപ്പെട്ടവർ അധിവസിക്കുന്ന നിരവധി പ്രദേശങ്ങളിൽ മതന്യൂനപക്ഷങ്ങൾക്ക് സുരക്ഷ ലഭിച്ചു. ആയുധധാരികളായ ആർ എസ് എസ് പ്രവർത്തകരിൽ നിന്നും മുസ്ലീങ്ങൾക്ക് സംരക്ഷണം ഒരുക്കിയ ദളിതരും അവരുടെ കോളനികളും മതനിരപേക്ഷ ഇന്ത്യയുടെ അഭിമാനസ്തംഭങ്ങളാണ്.

തീവ്ര ഹിന്ദുത്വം ഉയർത്തുന്ന ബി ജെ പി യും അവരെ നേരിടാൻ ശേഷിയില്ലാതെ മൃതുഹിന്ദുത്വം ഉയർത്തുന്ന കോൺഗ്രസ്സും രാജ്യത്തിന് അപമാനമാണ്. ഇടതുപക്ഷ – മതനിരപേക്ഷ പ്രസ്ഥാനങ്ങളിലാണ് ജനങ്ങളുടെ പ്രതീക്ഷ. സാംസ്ക്കാരിക പ്രതിരോധം ശക്തിപ്പെടണം. ഭയവും നിരാശയും ജീവിതത്തെ മുന്നോട്ട് നയിക്കുകയില്ല. മതരാഷ്ട്രത്തിലേക്കുള്ള ശിലാന്യാസം കണ്ട് നിശ്ശബ്ദരാവാൻ നാം മരിച്ച ജനതയുമല്ല!

വിദ്വേഷത്തിന്റെ ഭൂപടം വരയ്ക്കുമ്പോൾ

ഒന്ന്

മഹാനായ എബ്രഹാം ലിങ്കന്റെ സ്മാരകത്തിനുമുന്നിൽനിന്ന്, അമേരിക്കയിലെ കറുത്ത വംശജരുടെ വിമോചന നായകനായ മാർട്ടിൻ ലൂഥർ കിങ് നടത്തിയ പ്രസംഗം ചരിത്രപ്രസിദ്ധമാണ്. 1963 ആഗസ്റ്റിൽ നടന്ന വിഷിങ്ടൺ സിവിൽ റൈറ്റ്സ് മാർച്ചിന്റെ വേദിയിലായിരുന്നു ഈ പ്രസംഗം. നീണ്ടകാലം അടിമകളെപ്പോലെ കഴിയേണ്ടി വന്നവരാണ് കറുത്ത വംശജർ. നിറത്തിന്റെ പേരിലല്ലാതെ, സ്വന്തം ചെയ്തികളുടെ പേരിൽ മാത്രം മനുഷ്യർ വിലയിരുത്തപ്പെടുന്ന രാജ്യത്ത് മക്കൾക്ക് ജീവിക്കണമെന്നും ആ ദിനത്തെപ്പറ്റി തനിക്ക് ഒരു സ്വപ്നമുണ്ടെന്നും അദ്ദേഹം പ്രഖ്യാപിച്ചു. ഒരുനാൾ ജോർജിയയിലെ ചുവന്ന മലകൾക്കു മുകളിൽ ഇന്നത്തെ അടിമകളുടെയും ഉടമകളുടെയും അടുത്ത തലമുറ, സാഹോദര്യ ഭാവത്തോടെ ഒരു മേശയ്ക്ക് ചുറ്റുമിരുന്ന് അത്താഴമുണ്ണുന്ന ആ ദിനത്തെപ്പറ്റി താൻ സ്വപ്നം കാണുന്നുണ്ടെന്ന് അദ്ദേഹം വിളിച്ചു പറഞ്ഞു. അടിച്ചമർത്തപ്പെടുന്ന ഓരോ മനുഷ്യന്റെയും ചെവികളിലേക്ക് ഇടിമുഴക്കമായി ഇരമ്പിയെത്തിയ വാക്കുകളാണ് അത്. പൗരാവകാശങ്ങൾക്കായി ഉജ്ജ്വലസമരം നടത്തിയ മാർട്ടിൻ ലൂഥർ കിങ്ങിനെ 1968 –ൽ മെംഫിസ് നഗരത്തിലെ ലോറൈൻ മോട്ടലിൽ വച്ച് ജയിംസ് എൾ റേ എന്ന വർണവെറിയൻ വെടിവച്ചു കൊന്നു.

ആഗോളവൽക്കരണത്തിന്റെ ഫലമായി ദാരിദ്ര്യവും തൊഴിലില്ലായ്മയും പെരുകിയപ്പോൾ അതിനിടയിലൂടെ അതിന്റെ തന്നെ ഫലങ്ങളായി വംശീയ വിദ്വേഷവും നവനാസി പ്രസ്ഥാനങ്ങളുടെ കുടിയേറ്റ വിരു

ദ്ധതയും അഭയാർത്ഥികളോടുള്ള വെറുപ്പും ലോകത്തെ വീർപ്പുമുട്ടിച്ചുകൊണ്ടിരിക്കുകയാണ്.

വർത്തമാനകാലത്തെ അമേരിക്കൻ വംശവെറിയുടെയും വർണവെറിയുടെയും ഇരയാണ് മിനാപൊളിസ് നഗരത്തിൽ ക്രൂരമായി കൊല്ലപ്പെട്ട ജോർജ് ഫ്ളോയ്ഡ് എന്ന കറുത്തവംശജൻ. കള്ളനോട്ട് ഉപയോഗിച്ചെന്ന സംശയത്തിലാണ് ഡെറിക് ഷോവിന്റെ നേതൃത്വത്തിലുള്ള പോലീസ് സംഘം അദ്ദേഹത്തെ ആക്രമിച്ചത്. ജോർജ് ഫ്ളോയ്ഡിന്റെ കഴുത്ത് ഡെറിക് ഷോവിന്റെ കാൽമുട്ടുകൾക്കിടയിൽ വച്ച് ഞെരിച്ചമർത്തിയാണ് കൊല നടപ്പാക്കിയത്. ജീവനുവേണ്ടി പിടയുമ്പോഴും എനിക്ക് ശ്വസിക്കാനാകുന്നില്ല മനുഷ്യാ എന്ന ഫ്ളോയ്ഡിന്റെ ദീനരോദനം പോലീസുകാർ ശ്രദ്ധിച്ചതേയില്ല. വംശീയവിദ്വേഷം മനസ്സിൽ സൂക്ഷിക്കുന്നവരുടെ ചെവികളിൽ ഇതൊന്നും പതിയുകയില്ല. സമീപകാലത്ത് ഇത്തരം അനേകം സംഭവമുണ്ടായി. ന്യൂയോർക്കിലെ ബഫലോ നഗരത്തിൽ സൂപ്പർ മാർക്കറ്റിൽ നടന്ന വെടിവയ്പിൽ 13 പേർ കൊല്ലപ്പെട്ടപ്പോൾ അതിൽ 11 പേർ കറുത്ത വംശജരായിരുന്നു. പ്രതിവർഷം അമേരിക്കയിൽ മൂന്നുറോളം കറുത്ത വംശജരെ പോലീസ് വെടിവച്ചു കൊല്ലുന്നതായുള്ള റിപ്പോർട്ടുകൾ പുറത്തുവന്നു.

ആഫ്രിക്കൻ ഏഷ്യൻ വംശജരും ഇതര ന്യൂനപക്ഷങ്ങളും അമേരിക്കയിലും പല യൂറോപ്യൻ രാജ്യങ്ങളിലും അനുഭവിക്കുന്ന അന്യതാബോധവും ആക്രമണഭീഷണിയും ആധുനിക ജനാധിപത്യത്തിന്റെ നിലവിളിയാണ്. അമേരിക്കൻ പോലീസ് സേനയിലെ വംശീയതയെ ഐക്യരാഷ്ട്ര സംഘടനാ മനുഷ്യാവകാശ ഹൈക്കമീഷനുപോലും ശക്തമായി വിമർശിക്കേണ്ടി വന്നു. ഓസ്ട്രേലിയയിലും ബ്രിട്ടനിലും ഇന്ത്യൻ വംശജർ നേരിട്ട വിവേചനങ്ങൾ വലിയ വാർത്തകളായി മാറിയതും ഓർമിക്കേണ്ടതുണ്ട്.

ഇന്ത്യയിൽ ഉണ്ടായ ചില സംഭവങ്ങൾ ഈ ദിശയിലേക്ക് രാജ്യം നടന്നുതുടങ്ങിയതിന്റെ സൂചനയാണോ എന്ന് സംശയിക്കാൻ ഇടയാക്കി. ആഫ്രിക്കൻ വംശജർക്കെതിരെ നടന്ന അതിക്രമങ്ങൾ രാജ്യത്തെ സംബന്ധിച്ച് അവമതിപ്പുണ്ടാക്കി. കോംഗോ സ്വദേശിയായ യുവാവ് ദില്ലിയിലും ഐവറി കോസ്റ്റിൽ നിന്നുള്ള വിദ്യാർത്ഥി ബംഗളൂരുവിലും നൈജീരിയക്കാരനായ വിദ്യാർത്ഥി ഹൈദരാബാദിലും താൻസാനിയയിൽ നിന്നുള്ള യുവതി ബംഗളൂരുവിലും ആൾക്കൂട്ടങ്ങളുടെ അതിക്രമത്തിനും അധിക്ഷേപത്തിനും ഇരകളായി. ഇന്ത്യയിലെ ആഫ്രിക്കൻ നയതന്ത്രമേധാവികൾ തങ്ങളുടെ പ്രതിഷേധം സർക്കാരിനെ അറിയിക്കുന്ന നിലയിലേക്ക് വിഷയം വലിയ ചർച്ചയായി മാറുകയും ചെയ്തു. നിറം, ജാതി, ലിംഗം, പ്രദേശം എന്നിവയെ അടിസ്ഥാനമാക്കി വിവേചനവും അതിക്രമവും നടപ്പാക്കുന്നത് നിയമവിരുദ്ധമാണ്. വടക്കു കിഴക്കൻ

സംസ്ഥാനങ്ങളിലെ ജനങ്ങളും കാശ്മീരിൽ നിന്നുള്ളവരും പലയിടത്തും അധിക്ഷേപിക്കപ്പെടുന്ന സംഭവങ്ങൾ ഗൗരവതരമാണ്. ഈവിധമുള്ള വിവേചനങ്ങളെ എല്ലാക്കാലത്തും ശക്തമായി അപലപിച്ചവരാണ് കേരള സമൂഹം. എന്നാൽ, അടുത്തകാലത്തായി വലതുപക്ഷ വർഗീയ പ്രസ്ഥാനങ്ങളും അവയുടെ നേതാക്കന്മാരും നമ്മുടെ നവോത്ഥാന പാരമ്പര്യത്തെ മുറിവേൽപ്പിക്കുന്ന പ്രവർത്തനങ്ങളാണ് നടത്തുന്നത്.

തൊലിയുടെ നിറത്തിന്റെ പേരിലും ശരീരത്തെ മുൻനിർത്തിയും വ്യക്തികളെ അധിക്ഷേപിക്കുന്നത് ഹീനകൃത്യമാണ്. ഇന്ത്യയിൽ ജാതി, മതം എന്നിവയുടെ പേരിൽ സംഘപരിവാർ അതിക്രമങ്ങൾ അഴിച്ചുവിടുന്ന വർത്തമാന കാലമാണ് ഇത്. ഈ ഘട്ടത്തിൽ ക്രൂരമായ വംശീയാധിക്ഷേപം നടത്തുന്ന പ്രതിലോമരാഷ്ട്രീയവും കുത്സിത വർത്തമാനങ്ങളും മാത്രം വമിപ്പിക്കുകയാണ് കോൺഗ്രസ്. സി പി ഐ (എം) നേതാവ് എം എം മണിക്കെതിരെ ചിമ്പാൻസിയുടെ ചിത്രം വരച്ച മഹിളാ കോൺഗ്രസ് നടത്തിയ പ്രകടനവും അതിനെ പിന്തുണച്ച കെ പി സി സി പ്രസിഡന്റ് കെ സുധാകരന്റെ നിലപാടും ദൗർഭാഗ്യകരമാണ്. തറവാടിത്ത സങ്കൽപ്പങ്ങളുടെയും വർണവെറിയുടെയും ബോധ്യങ്ങളിൽ നിന്ന് ഇപ്പോഴും വണ്ടികിട്ടാത്ത രാഷ്ട്രിയത്തിൽത്തന്നെ കോൺഗ്രസ് നിലകൊള്ളുകയാണ്. അതാണ് കാലത്തിന് ചേരാത്ത പ്രതികരണങ്ങൾ കോൺഗ്രസും കോൺഗ്രസ് പോഷക സംഘടനകളും ഉയർത്തുന്നത്. ആധുനിക സൗകര്യങ്ങൾ ഉപയോഗിക്കുമ്പോഴും അറുപഴഞ്ചൻ ലോക ബോധ്യങ്ങളിൽ തുടരുന്നതുകൊണ്ടാണ് ഹീനമായ പ്രസ്താവനകളും പ്രവൃത്തികളും നടത്തുന്നത്. മനുഷ്യവിരുദ്ധമായ ചെയ്തികൾ മറച്ചു പിടിക്കാനും വെളുപ്പിക്കാനും വിധേയരായ ഒരുകൂട്ടം വലതുപക്ഷ മാധ്യമങ്ങളുടെ പിന്തുണയും അവർക്കുണ്ട്. വംശീയാധിക്ഷേപം ഗുരുതര കുറ്റകൃത്യമാണെന്ന് ഇവരെന്നാണ് മനസ്സിലാക്കുക.

രണ്ട്

മതനിരപേക്ഷ മൂല്യങ്ങളിൽ അടിയുറച്ച നെഹ്റുവിയൻ – ഗാന്ധിയൻ ചിന്തകളെ കോൺഗ്രസ് കൈയൊഴിഞ്ഞിരിക്കുന്നു. ചിന്തൻ ശിബിരം പോലുള്ള നാടകങ്ങൾ നടത്തുന്ന കോൺഗ്രസ് രാജ്യത്തിന്റെ ഭാവിയെക്കുറിച്ച് മാത്രം ചിന്തിക്കുന്നില്ല. ദേശീയ തലത്തിൽ കോൺഗ്രസിനെ വിഴുങ്ങുകയാണ് ബി.ജെ.പി. സ്വന്തമായി ഒരു അധ്യക്ഷനോ ഉത്തരവാദപ്പെട്ട അഖിലേന്ത്യ നേതൃത്വമോ ഇല്ലാതായ കോൺഗ്രസിനെ ഇന്നത്തെ അവസ്ഥയോട് ഗുലാം നബി ആസാദിനെപ്പോലുള്ള കോൺഗ്രസ് നേതാക്കൾ വിയോജിപ്പ് പ്രകടിപ്പിച്ചു. ജി 23 സഖ്യത്തിന്റെ രൂപീകരണം ഇന്നത്തെ കോൺഗ്രസിലുള്ള അവിശ്വാസമാണ് വ്യക്തമാക്കു

ന്നത്. കോൺഗ്രസിൽ നിന്ന് വൻതോതിൽ കൊഴിഞ്ഞുപോക്കുണ്ടായിരിക്കുന്നു. അധികാരത്തിനും പണത്തിനും സ്ഥാനമാനങ്ങൾക്കുമായി മത രാഷ്ട്രവാദികളുടെ ചേരിയിലേക്ക് നിർലജ്ജം പോയ അനേകം കോൺഗ്രസുകാരുണ്ട്. അപ്രകാരം ബി ജെ പിയിലെത്തിയ മുൻകാല കോൺഗ്രസ് നേതാക്കൾ ഒരുപാടുണ്ട്.

അഖിലേന്ത്യ തലത്തിൽ ബി ജെ പിയിലേക്ക് എന്തുകൊണ്ടാണ് കോൺഗ്രസിൽ നിന്ന് നേതാക്കൾ പോകുന്നതെന്ന ചോദ്യത്തിന് നേതാക്കൾ മറുപടി പറയുന്നില്ല. കഴിഞ്ഞ നിയമസഭാ തിരഞ്ഞെടുപ്പിൽ കോൺഗ്രസ് കൊട്ടിഘോഷിച്ച യുപിയിലും മണിപ്പൂരിലും പഞ്ചാബിലും ഉത്തരാഖണ്ഡിലും ഗോവയിലും തോറ്റു തുന്നംപാടിയതിന്റെ കാരണങ്ങൾ അവർ ശരിക്ക് പഠിച്ചിട്ടുമില്ല. മതന്യൂനപക്ഷങ്ങൾ, ദളിതർ തുടങ്ങി കോൺഗ്രസിനൊപ്പം പതിറ്റാണ്ടുകളോളം നിലയുറപ്പിച്ചവരെ വഞ്ചിച്ചതിന്റെ ഫലമാണ് പലയിടത്തും കോൺഗ്രസ് ഇതര, മതനിരപേക്ഷ-പ്രാദേശിക പാർട്ടികളിലേക്ക് ഈ വിഭാഗങ്ങൾ വിശ്വാസമർപ്പിച്ചത്. യുപി അതിന്റെ ഉദാഹരണമാണ്.

കോൺഗ്രസ് നേതാവായിരുന്ന മണിക് സാഹയാണ് ത്രിപുരയിൽ പുതിയ ബി ജെ പി മുഖ്യമന്ത്രി. ഗുജറാത്ത്, ഉത്തർപ്രദേശ്, കർണാടക,ഗോവ, മഹാരാഷ്ട്ര, ഹരിയാന, വടക്കുകിഴക്കൻ സംസ്ഥാനങ്ങൾ എന്നിവിടങ്ങളിൽ നൂറുകണക്കിന് കോൺഗ്രസ് നേതാക്കളാണ് ബി ജെ പിയിലെത്തിയത്. എ ഐ സി സി, പി സി സി ഭാരവാഹികൾ, കോൺഗ്രസ് മുഖ്യമന്ത്രി മുതൽ എം എൽ എമാർ വരെ ഈ ലിസ്റ്റിലുണ്ട്. മണിപ്പൂരിലെ ബിരേൻ സിങ്, അരുണാചൽ പ്രദേശിലെ പേമ ഖണ്ഡു, അസമിലെ ഹിമന്ത് ബിശ്വ ശർമ, നാഗാലാൻഡിലെ നെയ്ഫിയു റിയോ തുടങ്ങിയവർ ബി ജെ പി ചേരിയിലെത്തിയ മുഖ്യമന്ത്രിമാരാണ്. കേന്ദ്രമന്ത്രിമാരായ ജ്യോതിരാദിത്യ സിന്ധ്യ, നാരായണൻ റാണെ, റാവു ഇന്ദ്രജിത്ത് സിങ് എന്നിവർ കോൺഗ്രസിന്റെ സമുന്നത നേതാക്കളായിരുന്നു.

കോൺഗ്രസ് ദേശീയ വക്താവ് ടോം വടക്കനും കെ പി സി സി ഭാരവാഹി രാമൻനായരും കോൺഗ്രസ് വളർത്തിയ മുൻ പി എസ് സി ചെയർമാൻ കെ എസ് രാധാകൃഷ്ണനും ഉൾപ്പെടെയുള്ളവർ ബി ജെ പിയിലെത്തി. ഇടതുപക്ഷ സർക്കാരിനെതിരെ നിരവധി സമരങ്ങളിൽ ബി ജെ പി, കോൺഗ്രസ് കൊടികൾ ഒരുമിച്ചുയർത്തി തങ്ങളുടെ ബന്ധം ഊട്ടിയുറപ്പിച്ചു. സിൽവർ ലൈനിനെതിരായ പ്രക്ഷോഭങ്ങളുടെ പേരിൽ കലാപം സംഘടിപ്പിക്കാനും ബി ജെ പിയും കോൺഗ്രസും ഒരുമിച്ചു. എന്നാൽ, ബി ജെ പിയുടെ രാഷ്ട്രീയത്തെ തുറന്നെതിർക്കുന്ന ഇടതുപക്ഷത്തിന്റെ നയങ്ങളെ എല്ലാ വിഭാഗം ജനങ്ങളും പിന്തുണച്ചു. രാജ്യത്ത് വളർന്നുവരുന്ന ഭൂരിപക്ഷ വർഗീയതയെ എതിർക്കാൻ കോൺഗ്രസിന്

കഴിയില്ലെന്ന ഉത്തമവിശ്വാസത്തിൽ അനേകം പേർ ഇടതുപക്ഷത്തിന്റെ പതാക ഏറ്റെടുക്കാൻ തയ്യാറായി. സംസ്ഥാനത്തിന്റെ വികസനത്തെ തുരങ്കം വയ്ക്കാൻ ശ്രമിക്കുന്ന കോൺഗ്രസ് നിലപാടുകളെ സാധാരണ കോൺഗ്രസുകാർ തള്ളിക്കളഞ്ഞു. മതനിരപേക്ഷ മൂല്യങ്ങൾ സംരക്ഷിക്കാനും നാടിന്റെ വികസനത്തിനും ഇടതുപക്ഷമാണ് ബദലെന്ന് തിരിച്ചറിഞ്ഞ്, കോൺഗ്രസ് ഉപേക്ഷിക്കുന്നവരുടെ എണ്ണം കൂടുകയാണ്.

ഇന്ത്യയിൽ ക്രിസ്ത്യൻ ജനവിഭാഗത്തിനെതിരെ ആർ എസ് എസ് ക്രൂരമായ അതിക്രമം അഴിച്ചു വിടുകയും ആരാധനാലയങ്ങളെയും സുവിശേഷ സംഘങ്ങളെയും വേട്ടയാടുകയും ചെയ്യുന്ന കാലമാണിത്. ആർ എസ് എസ് പ്രത്യയശാസ്ത്രത്തോടുള്ള കോൺഗ്രസിന്റെ മൃദു സമീപനം ഓർമ്മിപ്പിക്കുന്നത് റോമാ നഗരം കത്തുമ്പോൾ വീണ വായിച്ച നീറോ ചക്രവർത്തിയെയല്ലാതെ മറ്റാരെയാണ്?

ചരിത്രത്തിന്റെ ഹിന്ദുത്വ വ്യാഖ്യാനം

ഇന്ത്യൻ സ്വാതന്ത്ര്യസമരം എല്ലാ വിഭാഗം ജനങ്ങളും പങ്കെടുത്ത പ്രക്ഷോഭമാണ്. വ്യത്യസ്ത മത–ജാതി–ഗോത്ര പാരമ്പര്യങ്ങളിൽ ഉൾപ്പെടുന്നവർ അണിനിരന്നു. പ്രാദേശികവും ദേശീയവുമായ നിരവധി ധാരകൾ, സമരത്തിന്റെ സവിശേഷതയായിരുന്നു. ഗാന്ധിയൻ–കമ്യൂണിസ്റ്റ് ആശയഗതിക്കാർ, സായുധ സമരമാണ് മോചന മാർഗം എന്ന് വിശ്വസിച്ചവർ, ആദിവാസികൾ അങ്ങനെ നാനാമുഖങ്ങളിൽനിന്നും സമരങ്ങൾ വളർന്നു. കർഷകരുടെയും തൊഴിലാളികളുടെയും നേതൃത്വത്തിൽ രാജ്യവ്യാപക പോരാട്ടം നടന്നു.

അക്കാലത്ത് ബ്രിട്ടീഷുകാരോട് വിധേയത്വം പുലർത്തിയതാണ് ആർ.എസ്.എസും ഹിന്ദു മഹാസഭയും. ഇന്ന് അവരുടെ പിൻഗാമികൾ ചരിത്രത്തെ തിരുത്തുകയാണ്. സ്ഥലനാമങ്ങൾ മാറ്റുന്നത് അതിന്റെ ഭാഗമാണ്. ഇന്ത്യാ ചരിത്രത്തിൽ അലിഞ്ഞുചേർന്ന സാംസ്കാരിക പ്രാധാന്യമുള്ള സ്ഥലങ്ങളുടെ പേരുകൾ എന്തു കാരണത്താലാണ് മാറ്റുന്നതെന്ന് അവർ വ്യക്തമാക്കണം. ഉത്തർപ്രദേശിലെ അലഹബാദിനെ പ്രയാഗരാജ് എന്ന് പുനഃനാമകരണം ചെയ്തു. ഫൈസാബാദ് ജില്ലയുടെ പേര് അയോധ്യ എന്നാക്കി. മുഗൾ സാരായി സ്റ്റേഷൻ ഇനി ദീൻ ദയാൽ ഉപാധ്യായയുടെ പേരിൽ അറിയപ്പെടും. രാജ്യതലസ്ഥാനത്തെ ഔറംഗസേബ് റോഡിനെ എ പി അബ്ദുൾകലാം റോഡ് എന്നാക്കി മാറ്റി. താജ്മഹലിനെ തേജോമഹലാക്കുമെന്ന് പ്രഖ്യാപിച്ചു.

കർണാടകയിലുണ്ടായ രണ്ട് സംഭവങ്ങൾ കൂടി ഈ വിഷയത്തോട് ചേർത്ത് വായിക്കണം. ഒന്ന് ഗാന്ധി വധത്തിൽ പങ്കാളിയെന്ന് ജനങ്ങൾ വിശ്വസിക്കുന്ന സവർക്കറുടെ ചിത്രം നിയമസഭയിൽ സ്ഥാപിച്ചത്, ബ്രിട്ടീഷുകാർക്ക് മാപ്പ് എഴുതിക്കൊടുത്ത് ജയിൽമോചിതനായ ആളാണ് സവർ

ക്കർ. രണ്ടാമത്തെ സംഭവം ടിപ്പു സുൽത്താന്റെ പേരിലുള്ള തീവണ്ടിയുടെ നാമം വോഡയാർ എക്സ്പ്രസ്സ് എന്നാക്കി മാറ്റി.

ടിപ്പു സുൽത്താനെ വിവാദങ്ങളിലേക്ക് വലിച്ചിഴയ്ക്കാനാണ് ഹിന്ദുത്വവാദികൾ എക്കാലവും ശ്രമിച്ചിട്ടുള്ളത്. അദ്ദേഹത്തെ മതഭ്രാന്തനാക്കി ചിത്രീകരിച്ച ബ്രിട്ടീഷ് ചരിത്രകാരന്മാരുടെ തൂലികയിൽ ബാക്കിയുണ്ടായിരുന്ന മഷി പിൽക്കാലത്ത് ആവോളം അതിനായി ഉപയോഗിച്ചു. ടിപ്പുവിന്റെ സംഭാവനകൾ റദ്ദു ചെയ്യാനുള്ള കഠിന പ്രയത്നമാണ് കർണാടകയിൽ നടക്കുന്നത്. ഉത്തരേന്ത്യയിൽ ആർ എസ് എസിന് അസ്വീകാര്യമായ സ്ഥലനാമങ്ങൾ മാറ്റുന്ന വാർത്ത തുടർച്ചയായി വന്നുകൊണ്ടിരിക്കുന്നു. ഇപ്പോഴിതാ കർണാടകയിൽ ടിപ്പു സുൽത്താന്റെ ഓർമ്മയിറ്റുന്ന തീവണ്ടിയുടെ പേരാണ് മാറ്റിയിരിക്കുന്നത്. ദീർഘകാലമായി മൈസൂർ–ബെംഗളുരു റൂട്ടിൽ സർവ്വീസ് നടത്തുന്ന സൂപ്പർഫാസ്റ്റ് ട്രെയിനായ ടിപ്പു എക്സ്പ്രസിന്റെ പേര് കേന്ദ്ര സർക്കാർ പുന:നാമകരണം ചെയ്ത് വൊഡയാർ എക്സ്പ്രസ് എന്നാക്കി. മൈസൂരുവിൽ നിന്നുള്ള പാർലമെന്റംഗം പ്രതാപ് സിംഗ കേന്ദ്ര സർക്കാരിനോട് ആവശ്യപ്പെട്ടതിന്റെ അടിസ്ഥാനത്തിലാണ് ഈ തീരുമാനം. മൈസൂർ ഭരിച്ച പ്രമുഖ രാജകുടുംബമാണ് വൊഡയാർ എന്നറിയപ്പെടുന്നത്.

സൂര്യനസ്തമിക്കാത്ത സാമ്രാജ്യത്തെ എതിരിട്ട ടിപ്പു സുൽത്താന്റെ പേര്, പാഠപുസ്തകത്തിൽനിന്നുപോലും നീക്കംചെയ്യാനുള്ള ശ്രമം ഏറെ ചർച്ച ചെയ്യപ്പെട്ടു. ടിപ്പു ജയന്തി ആഘോഷങ്ങൾക്കെതിരെയുള്ള നീക്കവും ചേർത്തു വായിക്കണം. ഇപ്പോഴിതാ ടിപ്പുവിനോടുള്ള വിരോധം മൂലം ഒരു തീവണ്ടിയുടെ പേര് തന്നെ മാറ്റിയിരിക്കുന്നു! ടിപ്പു സുൽത്താൻ ജീവിച്ചിരുന്നപ്പോൾ ബ്രിട്ടീഷുകാരെ വിറപ്പിച്ച ഭരണാധികാരി ആയിരുന്നു. ഇപ്പോൾ സംഘപരിവാർ അദ്ദേഹത്തിന്റെ സ്മരണയെപ്പോലും വേട്ടയാടുന്നു. ടിപ്പു സുൽത്താൻ ആരെന്നറിയുമ്പോൾ അദ്ദേഹത്തെ ശത്രുപക്ഷത്ത് നിർത്തിയവരുടെ താൽപ്പര്യങ്ങൾ മനസ്സിലാക്കാൻ കഴിയും സ്വന്തം നാടിനെ കീഴടക്കാനെത്തിയ അധിനിവേശ ശക്തികൾക്കെതിരെ ജീവിതത്തിന്റെ അന്ത്യനിമിഷം വരെ പൊരുതി വീരമൃത്യു വരിച്ച ഭരണാധികാരി.

ഏറ്റവും ആധുനികമായ യുദ്ധതന്ത്രങ്ങളിലൂടെയും നൂതനമായ യുദ്ധോപകരണങ്ങൾ പ്രയോഗിച്ചും ബ്രിട്ടീഷുകാരോട് പൊരുതിയ ധീരയോദ്ധാവ്. തന്റെ രാജ്യത്തിനും അവിടുത്തെ ജനതയ്ക്കും ഭീഷണി ഉയർത്തിയ ഈസ്റ്റിന്ത്യാ കമ്പനിയെ നിരവധി ഘട്ടങ്ങളിൽ അദ്ദേഹം പരാജയപ്പെടുത്തി. മൈസൂർ കടുവയെന്ന വിളിപ്പേര് വെറുമൊരു വിശേഷണമായിരുന്നില്ല. ശക്തിയും ബുദ്ധിയും ഒത്തുചേർന്ന പോരാളി. ഫ്രഞ്ചുകാരോട് ചേർന്നുവരെ യുദ്ധതന്ത്രങ്ങൾ മെനഞ്ഞ് ബ്രിട്ടീഷുകാരെ പ്രതിരോധിച്ചു. മിസൈൽ സാങ്കേതിക വിദ്യ വികസിപ്പിച്ചെടുത്തത് ടിപ്പുവിന്റെ സൈനിക മികവ് തെളിയിക്കുന്നു. ഉരുക്കുകൊണ്ട് തയ്യാറാക്കിയ മിസൈലുകൾ യുദ്ധത്തിൽ ഉപയോഗിച്ചത് ടിപ്പുവിന്റെ ഖ്യാതി വർദ്ധിപ്പിച്ചു. ഇരുമ്പു ട്യൂബുകളിൽ വെടിമരുന്ന് നിറച്ച അത്യുഗ്ര ശേഷിയുള്ള മിസൈ

ലുകൾ പുറപ്പെടുവിക്കാൻ കഴിയുന്ന സാങ്കേതിക സൗകര്യം ഉണ്ടായിരുന്നു. യൂറോപ്യൻമാർക്ക് പോലും ആശ്ചര്യമുണ്ടാക്കുന്ന വളർച്ചയാണ് ഇതിലൂടെ മൈസൂർ കൈവരിച്ചത്. ഏതാണ്ട് ആറായിരത്തോളം പേരടങ്ങുന്ന വിദഗ്ദ്ധ ടീമിനായിരുന്നു മിസൈൽ സാങ്കേതിക കാര്യങ്ങളിലെ ചുമതല. റോക്കറ്റ് ലോഞ്ചറുകളും റോക്കറ്റ് പരിശീലന കേന്ദ്രങ്ങളും മൈസൂറിലുണ്ടായിരുന്നു. ഉയർന്ന ബ്രിട്ടീഷ് ഉദ്യോഗസ്ഥരെ വരെ ഭയപ്പെടുത്തിയ സായുധാക്രമണമായിരുന്നു നടന്നത്.

രണ്ടാം മൈസൂർ യുദ്ധത്തിലെ ബ്രിട്ടീഷുകാരെയും സഖ്യശക്തികളെയും നേരിട്ട് മൈസൂറിന്റെ ഭൂവിസ്തൃതി വർദ്ധിപ്പിച്ചു. മൂന്നാം മൈസൂർ യുദ്ധത്തിലും ബ്രിട്ടീഷുകാർക്ക് കനത്ത തിരിച്ചടി ലഭിച്ചു. എങ്കിലും ടിപ്പു –ബ്രിട്ടീഷ് കരാർ നിലവിൽ വന്നത് ഈ യുദ്ധത്തോടെയായിരുന്നു. നാലാം മൈസൂർ യുദ്ധത്തിൽ നിരവധി സേനകളുമായി ചേർന്ന് ബ്രിട്ടീഷ് സൈന്യം ടിപ്പുവിനെ ആക്രമിച്ചു. നാലുദിക്കുകളിൽ നിന്നുമുള്ള പ്രഹരം. മൈസൂർ സൈന്യത്തേക്കാൾ എത്രയോ ഇരട്ടി അംഗബലത്തോടെ എതിരാളികൾ യുദ്ധം തുടങ്ങി. കനത്ത പ്രത്യാക്രമണമാണ് ടിപ്പു നടത്തിയത്. നേർക്കുനേർ യുദ്ധം ചെയ്ത് ടിപ്പുവിനെ കീഴ്പ്പെടുത്താനാവില്ലെന്ന് ബ്രിട്ടീഷുകാർക്ക് ബോധ്യപ്പെട്ടു. ചതിയും വഞ്ചനയും കൈമുതലാക്കിയ ബ്രിട്ടീഷുകാർ ടിപ്പുവിന്റെ വിശ്വസ്തരെ വിലയ്ക്കെടുത്ത് ഗൂഢാലോചന നടത്തി. ശ്രീരംഗപട്ടണത്ത് വച്ച് (1799) അദ്ദേഹത്തെ കൊലപ്പെടുത്തി. ധീരദേശാഭിമാനിയായി വീരചരമം പ്രാപിക്കുകയായിരുന്നു അദ്ദേഹം. ടിപ്പുവിനെ മറ്റ് ഇന്ത്യൻ നാട്ടുരാജ്യങ്ങളിലെ ഭരണാധികാരികളിൽ നിന്ന് വ്യത്യസ്തനാക്കുന്നത് ബ്രിട്ടീഷുകാരെ തുരത്തിയോടിക്കാൻ അദ്ദേഹം നടത്തിയ ഐതിഹാസികമായ പോരാട്ടമാണ്. ടിപ്പുവിനോടുള്ള പക അദ്ദേഹത്തിന്റെ മരണശേഷവും ഇംഗ്ലീഷുകാർ ഉപേക്ഷിച്ചില്ല. ടിപ്പുവിനെ വെറുമൊരു മതഭ്രാന്തനായ രാജാവ് എന്ന നിലയിൽ അവതരിപ്പിക്കാനാണ് ചില ബ്രിട്ടീഷ് ചരിത്രകാരന്മാർ തയ്യാറായത്. പിൽക്കാലത്ത് ഇന്ത്യയിലെ സംഘപരിവാരം ടിപ്പുവിനെതിരായ ആ കെട്ടുകഥകൾ പ്രചരിപ്പിച്ചു. ബ്രിട്ടീഷ് വിരുദ്ധ പോരാട്ടത്തിൽ ഉജ്ജ്വലഗാഥ രചിച്ച ടിപ്പുസുൽത്താനെ സംശയത്തിന്റെ നിഴലിൽ നിർത്താനാണ് പലരും ശ്രമിച്ചത്. ടിപ്പുവിന്റെ ഭരണത്തിൽ ഉന്നത ഉദ്യോഗങ്ങളിലും തന്ത്രപ്രധാന സ്ഥാനങ്ങളിലും എല്ലാ മതങ്ങളിലും പെട്ടവരുണ്ടായിരുന്നു. ശൃംഗേരി ഉൾപ്പെടെയുള്ള ക്ഷേത്രങ്ങൾ സംരക്ഷിക്കാനും അവയുടെ വളർച്ചയ്ക്കും ടിപ്പു പ്രത്യേക താത്പര്യമെടുത്തു.

അധിനിവേശ വിരുദ്ധയുദ്ധത്തിൽ ജീവൻ ഹോമിച്ച ടിപ്പു സുൽത്താനെ മതഭ്രാന്തനാക്കി ചിത്രീകരിക്കാൻ ബ്രിട്ടീഷുകാർ ഒരുപാട് അദ്ധ്വാനിച്ചു. സാമ്രാജ്യ വിസ്തൃതി ലക്ഷ്യം വച്ച് നടത്തിയ പടയോട്ടങ്ങളെ മതപ്രചരണത്തിനായി നടത്തിയ കലാപങ്ങളായി അവർ വിലയിരുത്തി. ടിപ്പു യുദ്ധത്തിലൂടെ നേരിട്ടവരിൽ ഹിന്ദുക്കളും മുസ്ലീങ്ങളുമായ ഭരണാധികാരികളുണ്ടായിരുന്നു. ടിപ്പുവിനെ പിൻതുണച്ചവരിലും ഇരു മതങ്ങളിലും പെട്ട ഭരണാധികാരികളും ജനങ്ങളുമുണ്ടായിരുന്നു. അതിനർത്ഥം മത

പരമായ ആധിപത്യം ലക്ഷ്യം വച്ചായിരുന്നില്ല മറിച്ച് രാജ്യ വിസ്തൃതി ലക്ഷ്യം വച്ചായിരുന്നു ഈ പടയോട്ടങ്ങൾ എന്നാണ്. ഒരു രാജാവ് എന്ന നിലയിൽ ടിപ്പു സുൽത്താനെ വിലയിരുത്താൻ എതൊരാൾക്കും അവ കാശമുണ്ട്. അദ്ദേഹത്തിന്റെ ഭരണത്തെയോ പടയോട്ടത്തെയോ മുൻ നിർത്തി സ്വതന്ത്രമായ വിമർശനവും ആവാം. എന്നാൽ മുൻവിധിയോ ടെയുള്ള സമീപനം ശരിയല്ല. ചരിത്ര വിരുദ്ധമായ വാദങ്ങൾ അസത്യ ങ്ങൾ കെട്ടുകഥകൾ എന്നിവ പടച്ചുവിട്ട് ടിപ്പു സുൽത്താൻ എന്ന ചരിത്ര വ്യക്തിത്വത്തെ അപമാനിക്കുന്നത് ശരിയല്ല. ടിപ്പുവിനെപ്പോലെ അധിനി വേശ സൈന്യത്തിനോട് യുദ്ധം ചെയ്ത്, നാടിനായി സ്വജീവിതം സമർ പ്പിച്ച എത്ര രാജാക്കന്മാരെ നമുക്ക് പരിചയമുണ്ട്?

ടിപ്പു എക്സ്പ്രസിന്റെ ചൂളം വിളി കേട്ടാൽ വിളറി പിടിക്കുന്നവ രോട് ഒന്നു മാത്രം പറയട്ടെ ടിപ്പു സുൽത്താന്റെ സ്മരണകളെ നിങ്ങൾക്ക് തീവണ്ടിയിൽ നിന്ന് ഇറക്കിവിടാം പക്ഷേ, ചരിത്രത്തിൽ നിന്ന് ഇറക്കി വിടാൻ കഴിയില്ല.

മതനിരപേക്ഷ വിദ്യാഭ്യാസത്തിന് മരണമണി മുഴങ്ങുമ്പോൾ

സാംസ്കാരിക മേഖലയിൽ കടന്നു കയറാനും സർവകലാശാലകളെ കൈപ്പിടിയിലൊതുക്കാനും സംഘപരിവാർ ശ്രമിച്ചു വരികയാണ്. കൺകറന്റ് ലിസ്റ്റിൽ ഉൾപ്പെട്ട വിദ്യാഭ്യാസത്തെ പൂർണ്ണമായും കേന്ദ്ര സർക്കാരിന്റെ അധീനതയിലാക്കാനുള്ള പദ്ധതിയാണ് ദേശീയ വിദ്യാഭ്യാസ നയം. ഫെഡറലിസം, മതനിരപേക്ഷത, ഭാഷ–സാംസ്കാരിക വൈവിധ്യങ്ങൾ, ബഹുസ്വരത എന്നിവയെ നിരാകരിക്കുകയും ഏകശിലാത്മകമായ പാഠ്യസമ്പ്രദായം അടിച്ചേൽപ്പിക്കുകയും ചെയ്യുകയാണ്. സിലബസ് രൂപീകരണം, ബോധനരീതി, ഘടനാപരമായ പരിഷ്കാരങ്ങൾ എന്നിവയുടെ കാര്യത്തിൽ സംസ്ഥാനങ്ങൾക്കുള്ള അധികാരം കവർന്നെടുക്കുകയാണ്. നിലവിലുള്ള വിദ്യാഭ്യാസ സമീപനം സംസ്ഥാനങ്ങൾക്ക് പങ്കാളിത്തമുള്ളതും പ്രാദേശിക അനുഭവങ്ങളെ കൂടി പരിഗണിച്ചുകൊണ്ടുള്ളതുമാണ്. സാംസ്കാരിക–ഭൂമിശാസ്ത്ര–ഭാഷാ വൈവിധ്യം മാനിച്ചുകൊണ്ടേ ഇന്ത്യയെപ്പോലൊരു രാജ്യത്തിൽ വിദ്യാഭ്യാസ പരിഷ്കരണം യാഥാർത്ഥ്യമാക്കാൻ കഴിയൂ. എന്നാൽ, പുതിയ വിദ്യാഭ്യാസ നയം ഇത്തരം കാഴ്ചപ്പാടുകളെ പൂർണ്ണമായി തള്ളിക്കളയുന്നു. സാമൂഹ്യ, സാമ്പത്തിക പിന്നോക്കാവസ്ഥ നേരിടുന്ന വിഭാഗങ്ങൾ ദളിത്, ന്യൂനപക്ഷങ്ങൾ എന്നിവരുടെ അവകാശങ്ങളെയോ വികസനാവശ്യങ്ങളെയോ ഉൾക്കൊള്ളുന്ന സമീപനമല്ല മുന്നോട്ടു വയ്ക്കുന്നത്.

പ്രീ–പ്രൈമറി മുതൽ പി എച്ച് ഡി ഗവേഷണം വരെ ദേശീയാടിസ്ഥാനത്തിലുള്ള മാനദണ്ഡങ്ങളാൽ നിയന്ത്രിക്കപ്പെടുകയും സംസ്ഥാനങ്ങളുടെ അവകാശാധികാരങ്ങൾ ഇല്ലാതാകുകയും ചെയ്യും. ശാസ്ത്രീ

യമോ യുക്തിസഹമോ ആയ കാരണങ്ങൾ പറയാതെ തന്നെ ഔപചാരിക വിദ്യാഭ്യാസത്തിന്റെ ഘടനയെ പുന:നിർണ്ണയിച്ചിരിക്കുന്നു. യാതൊരു ശാസ്ത്രീയ പിൻബലവുമില്ലാതെ ശിശുപരിപാലനത്തെയും ഔപചാരിക വിദ്യാഭ്യാസത്തെയും സംയോജിപ്പിച്ചിരിക്കുന്നു.

ആറാം ക്ലാസ് മുതൽ കുട്ടികൾ തൊഴിൽ പരിശീലനത്തിന് നിർബന്ധിക്കപ്പെടുന്നു. സ്വതന്ത്രവും സർഗ്ഗാത്മകവുമായ അന്തരീക്ഷത്തിൽ വിജ്ഞാനം ആർജ്ജിക്കൽ എന്ന കാഴ്ചപ്പാടിന് പകരം അടിത്തറ ബലപ്പെടും മുമ്പേ തൊഴിൽ പരിശീലനത്തിന് നിർബന്ധിക്കപ്പെടുന്ന ബാല്യങ്ങളെയാണ് വിദ്യാഭ്യാസ നയം വിഭാവനം ചെയ്യുന്നത്. സ്കൂൾ വിദ്യാഭ്യാസത്തെ സ്വകാര്യവത്ക്കരിക്കാനുള്ള നിർദ്ദേശങ്ങളും മുന്നോട്ട് വയ്ക്കുന്നുണ്ട്. സ്വകാര്യ വ്യക്തികൾക്കും സാമൂഹ്യസംഘടനകൾക്കും വിദ്യാലയങ്ങൾ ആരംഭിക്കാനുള്ള അവസരം സൃഷ്ടിക്കുന്നു. എന്നാൽ പൊതുസ്ഥാപനങ്ങളിലെ സാമ്പത്തിക സാമൂഹ്യ പിന്നോക്കാവസ്ഥ നേരിടുന്ന കുട്ടികളുടെ പ്രശ്നങ്ങൾ പരിഹരിക്കുന്ന കാര്യത്തിൽ നിശ്ശബ്ദത പാലിക്കുകയും ചെയ്യുന്നു. നൈപുണ്യവികാസം, തൊഴിൽപരിശീലനം എന്നിവയെക്കുറിച്ച് വിശദീകരിക്കുകയും സ്കൂൾ വിദ്യാഭ്യാസത്തിലൂടെ രൂപപ്പെടേണ്ട ശാസ്ത്രബോധം, മതനിരപേക്ഷ ബോധം, തുല്യത തുടങ്ങി വിഷയങ്ങളെ നിരാകരിക്കുകയും ചെയ്യുന്നു. ലോകകമ്പോളത്തിനാവശ്യമായ വ്യക്തികളെ രൂപപ്പെടുത്തുകയെന്നത് മാത്രമായി വിദ്യാഭ്യാസത്തെ പരിമിതപ്പെടുത്തുകയാണ് ലക്ഷ്യം.

ഉന്നത വിദ്യാഭ്യാസരംഗത്ത് സംസ്ഥാന സർവ്വകലാശാലകളുടെ അധികാരവും പദവിയും പടിപടിയായി ഇല്ലായ്മ ചെയ്യാനുള്ള നീക്കവും പുതിയ നയത്തിലുണ്ട്. സർവ്വകലാശാലകൾക്കും ഉന്നത വിദ്യാഭ്യാസ സ്ഥാപനങ്ങൾക്കും ധനസഹായമുൾപ്പെടെ നൽകിക്കൊണ്ടിരുന്ന യു.ജി.സി-യെ പിരിച്ചുവിടുകയും എ ഐ സി റ്റി ഇ പോലുള്ള സംവിധാനങ്ങളെ ഇല്ലാതാക്കുകയും ചെയ്യുന്നു. ഉന്നത വിദ്യാഭ്യാസ രംഗത്ത് അക്കാദമിക്ക് വിദഗ്ദ്ധരുടെ സമിതികൾക്ക് പകരം പ്രധാനമന്ത്രിയും കേന്ദ്രമന്ത്രിമാരും ബ്യൂറോക്രാറ്റുകളും നേതൃത്വം നൽകുന്ന ഹയർ എഡ്യൂക്കേഷൻ കൗൺസിലായിരിക്കും അഖിലേന്ത്യാടിസ്ഥാനത്തിൽ നയരൂപീകരണം നടത്തുക. സ്വതന്ത്രമായ ഗവേഷണ പ്രവർത്തനങ്ങൾ അവസാനിപ്പിക്കുകയും കേന്ദ്ര സർക്കാരിന്റെ താൽപര്യങ്ങൾക്കനുസരിച്ചുള്ള വിഷയങ്ങളിൽ മാത്രം ഗവേഷണം പ്രോത്സാഹിപ്പിക്കപ്പെടുകയും ചെയ്യും. ശാസ്ത്രവിരുദ്ധവും യുക്തിഹീനവുമായ പൗരാണിക കഥകളെ ശാസ്ത്ര സത്യങ്ങളാക്കി അവതരിപ്പിക്കുന്ന സംഘപരിവാർ അജണ്ടയാണ് ഇവിടെയും നടപ്പാകുക. ബിരുദാനന്തര ബിരുദത്തിനു ശേഷവും പി എച്ച് ഡിക്ക് മുമ്പും വിദ്യാർത്ഥികളെ ഗവേഷണവുമായി വിളക്കിച്ചേർക്കുന്ന എം ഫിൽ കോഴ്സ് യാതൊരു കൂടിയാലോചനയുമില്ലാതെ

നിർത്തലാക്കിയിരിക്കുന്നു. പി എച്ച് ഡി, എം ഫിൽ ഫെലോഷിപ്പുകൾ വെട്ടിക്കുറച്ചുകൊണ്ടിരിക്കുന്ന കേന്ദ്ര സർക്കാർ നിലപാടിന്റെ തുടർച്ച യാണിത്.

ഉന്നത വിദ്യാഭ്യാസത്തിനും സർവ്വകലാശാല പ്രവേശനത്തിനും അഖിലേന്ത്യാടിസ്ഥാനത്തിൽ ഏകീകൃത പരീക്ഷ ഏർപ്പെടുത്താനും നിർദ്ദേശമുണ്ട്. സംസ്ഥാനങ്ങളുടെ സ്വാഭാവത്തെയും വൈവിധ്യത്തെയും അവഗണിച്ചുകൊണ്ടാണ് ഇത്തരം തീരുമാനങ്ങൾ നടപ്പിലാക്കുന്നത്. കോച്ചിംഗ് സെന്റർ സംസ്കാരത്തിന് സഹായകരമായ നിലപാടാണി ത്. സ്വയംഭരണ കോളേജുകൾ വ്യാപകമാക്കാനുള്ള നിർദ്ദേശവുമുണ്ട്. സാമ്പത്തിക സ്വയം പര്യാപ്തയാണ് ഉന്നത വിദ്യാഭ്യാസത്തിന്റെ ലക്ഷ്യ മെന്ന സന്ദേശം മുന്നോട്ടു വയ്ക്കുന്നത്. കൽപ്പിത സർവ്വകലാശാലകളും സ്വയം ഭരണ കോളേജുകളും വർദ്ധിക്കും. സർവ്വകലാശാലകളുടെ അധി കാര പരിധിയിൽപ്പെട്ട അഫിലിയേഷൻ, സിലബസ് രൂപീകരണം, പരീക്ഷാ നടത്തിപ്പ് സർട്ടിഫിക്കറ്റ് വിതരണം എന്നിവ സ്വയംഭരണ കോ ളേജുകൾക്ക് ലഭിക്കും. ഗ്രാമീണ മേഖലയിലുൾപ്പെടെ പ്രവർത്തിക്കുന്ന സർക്കാർ–എയിഡഡ് കോളേജുകൾ സാമ്പത്തിക സ്വയംപര്യാപ്തത ആർജ്ജിക്കാനും സ്വകാര്യ സ്വാശ്രയ സ്ഥാപനങ്ങളുമായി മത്സരിക്കാനും നിർബന്ധിക്കപ്പെടും. ഇതിന് കഴിയാതെ വന്നാൽ അവയുടെ അംഗീ കാരം റദ്ദാകും. സ്വകാര്യ സ്വാശ്രയ കോളേജുകൾ ലാഭാധിഷ്ഠിത വ്യവ സായമാക്കി ഉന്നത വിദ്യാഭ്യാസ മേഖലയെ മാറ്റിത്തീർക്കും. സർക്കാർ സ്ഥാപനങ്ങൾ അടച്ചുപൂട്ടേണ്ടി വരും. മതാധിഷ്ഠിതവും ശാസ്ത്രവിരു ദ്ധവുമായ പൗരാണികമൂല്യങ്ങളെ വിദ്യാഭ്യാസത്തിലേക്ക് ഒളിച്ചുകട ത്താനും 'ഒരു രാജ്യം ഒരു വിദ്യാഭ്യാസ സമ്പ്രദായം' എന്ന പരികൽപ്പന യിലൂടെ മതരാഷ്ട്രത്തിലേക്കുള്ള പ്രവർത്തനപഥമൊരുക്കാനും പുതിയ വിദ്യാഭ്യാസനയം ശ്രമിക്കുന്നു. പുരോഗമന വിദ്യാഭ്യാസത്തിന്റെ അടി സ്ഥാന സ്വഭാവങ്ങളായ ശാസ്ത്രീയത, ചരിത്രപരത, മതനിരപേക്ഷത, ഫെഡറൽ മൂല്യങ്ങൾ എന്നിവയെ പൂർണ്ണമായും തിരസ്കരിക്കുകയാണ് ദേശീയ വിദ്യാഭ്യാസനയം. പാർലമെന്റിൽ ചർച്ച ചെയ്യാതെയും അംഗീ കരിക്കാതെയും സംസ്ഥാന നിയമസഭകളെയും സർക്കാരുകളെയും നോ ക്കുകുത്തിയാക്കി നടപ്പിലാക്കാനാണ് ഉദ്ദേശ്യം.

രണ്ട്: ഇന്ത്യയിലെ ഉന്നത വിദ്യാഭ്യാസത്തെ സംബന്ധിച്ച് നിരാശാ ജനകമായ വാർത്തകളാണ് പുറത്തുവന്നുകൊണ്ടിരിക്കുന്നത്. കമ്പോള ശക്തികളും വർഗ്ഗീയ ശക്തികളും ചേർന്ന് വൈജ്ഞാനിക സംവാദ ത്തിന്റെ ഔന്നത്യത്തിൽ നിൽക്കുന്ന വിദ്യാഭ്യാസ സ്ഥാപനങ്ങളെ ആക്ര മിച്ച് കീഴടക്കുന്നു. പ്രൊഫഷണൽ മേഖലയിൽ സമ്പൂർണ്ണ സ്വകാ ര്യവത്കരണമാണ് നടന്നുകൊണ്ടിരിക്കുന്നത്. മാനവിക ശാസ്ത്ര പഠ നത്തിനും ഗവേഷണത്തിനുമുള്ള ധനസഹായം കുറഞ്ഞുകൊണ്ടിരിക്കു

ന്നു. ഉന്നത വിദ്യാഭ്യാസത്തിനുള്ള ബജറ്റ് വിഹിതം ഗണ്യമായി വെട്ടിക്കുറയ്ക്കുന്ന നടപടികളാണ് ആവർത്തിക്കുന്നത് സർവ്വകലാശാലകൾ, ദേശീയ നിലവാരമുള്ള പഠന കേന്ദ്രങ്ങൾ എന്നിവയുടെ മേൽ ബാഹ്യമായ നിയന്ത്രണം അടിച്ചേൽപ്പിക്കുന്നു. മഹാന്മാരായ വിദ്യാഭ്യാസ വിചക്ഷണൻമാർ സാരഥ്യം വഹിച്ച സ്ഥാപനങ്ങളിലേക്ക് ആർ എസ് എസ് അനുഭാവികളെ തിരുകി കയറ്റുന്നു. കേന്ദ്ര സർക്കാരിനെയും സംഘപരിവാരത്തെയും വിമർശിക്കുന്ന എല്ലാത്തരം ധൈഷണിക പ്രവർത്തനങ്ങളെയും വേട്ടയാടുന്നു. പ്രതിരോധമുയർത്തുന്ന വിദ്യാർത്ഥികൾ, അദ്ധ്യാപകർ, ഗവേഷകർ എന്നിവരെ സ്ഥാപനങ്ങളിൽ പുറത്താക്കുകയോ, ഭീഷണിപ്പെടുത്തുകയോ ചെയ്യുന്നു. സിലബസ്, പാഠപുസ്കങ്ങൾ, അക്കാദമിക് സമീപനങ്ങൾ, ഗവേഷണ രീതികൾ, വിഷയങ്ങൾ, എന്നിവയിലേക്ക് കടന്നു കയറുന്നു. പട്ടികജാതി, പട്ടിക വർഗ്ഗ, ന്യൂനപക്ഷ വിഭാഗ വിദ്യാർത്ഥികളുടെ സ്കോളർഷിപ്പുകൾ ഇല്ലാതാക്കുന്നു. ഇത്തരം ജനാധിപത്യവിരുദ്ധ പ്രവർത്തനങ്ങൾ അനസ്യൂതം തുടരാനുള്ള പദ്ധതിയാണ് പുതിയ വിദ്യാഭ്യാസ നയത്തിലൂടെ പ്രയോഗവത്കരിക്കുന്നത്. വിദ്യാഭ്യാസത്തിന്റെ ഗുണമേന്മയും നിലവാരവും സംരക്ഷിച്ചുവന്ന യു ജി സിയെ പിരിച്ചുവിടാനുള്ള തീരുമാനം നേരത്തെ കൈക്കൊള്ളുകയും ചെയ്തു.

ഫെഡറൽ വ്യവസ്ഥ പുലരുന്ന നാട്ടിൽ സംസ്ഥാനങ്ങളുടെയും സ്വയം ഭരണ സ്ഥാപനങ്ങളായ സർവ്വകലാശാലകളുടെയും അധികാരങ്ങൾ സംരക്ഷിക്കപ്പെടുക എന്നത് പ്രധാനമാണ്. യു.ജി.സി യെ പിരിച്ചു വിട്ട് ഉന്നത വിദ്യാഭ്യാസ കമ്മീഷൻ സ്ഥാപിക്കുന്നത്, സർവ്വകലാശാലകൾ, സംസ്ഥാന സർക്കാരുകൾ എന്നിവയുടെ താത്പര്യത്തെ ഹനിക്കാനും അധികാര കേന്ദ്രീകരണം ലക്ഷ്യമാക്കിയുമാണ്. ഉന്നതവിദ്യാഭ്യാസത്തിനും സർവ്വകലാശാല ഗവേഷണത്തിനുമുള്ള ബജറ്റ് വിഹിതം തുടർച്ചയായി വെട്ടിക്കുറയ്ക്കുന്ന യൂണിയൻ സർക്കാർ നടപടി അക്കാദമിക് വിരുദ്ധമാണ്. ഉന്നത വിദ്യാഭ്യാസത്തെ തങ്ങൾക്കിഷ്ടമുള്ള വിധം പാകപ്പെടുത്തുവാനാണ് നീക്കം. ശാസ്ത്രത്തെയും ചരിത്രത്തെയും വേട്ടയാടിയും വികലമായ ബദൽ ആഖ്യാനങ്ങൾ ചമച്ചുമാണ് സംഘപരിവാർ അതിന്റെ പ്രവർത്തനങ്ങൾക്ക് വഴിയൊരുക്കുന്നത്. അധികാരത്തിൽ വന്നപ്പോൾ രാജ്യത്തെ വിദ്യാഭ്യാസ പുരോഗമനാത്മകതയുടെ കടയ്ക്കൽ കത്തിവയ്ക്കുന്ന സമീപനമാണ് ബി ജെ പി സർക്കാർ നടപ്പാക്കുന്നത്. ഉന്നത വിദ്യാഭ്യാസ സ്ഥാപനങ്ങളിൽ നിന്നും ഉയർന്നുവരുന്ന സ്വതന്ത്രവും പുരോഗമനാത്മകവുമായ ചിന്തകളെ എല്ലാക്കാലവും ഭയപ്പെടുന്നവർ എന്ന നിലയ്ക്കുതന്നെ, ആജ്ഞാനുവർത്തികളെ അവയുടെ അധികാര സ്ഥാനങ്ങളിൽ തിരുകി കയറ്റാനും രാജ്യ വ്യാപകമായി കാമ്പസുകളിൽ നിന്ന് ഉയർന്നുവന്ന ജനാധിപത്യ പ്രക്ഷോഭങ്ങളെ അതിക്രൂര

മായി അടിച്ചമർത്താനും നടത്തുന്ന ശ്രമങ്ങൾ കാണാതിരുന്നു കൂടാ. അത്തരം കുത്സിത ശ്രമങ്ങളും പ്രധാനമന്ത്രിയും ബിജെ.പിയുടെ മുഖ്യ മന്ത്രിമാരും മറ്റു മന്ത്രിമാരും ചേർന്ന് അനുനിമിഷം നടത്തുന്ന അബദ്ധ ജടില പ്രസ്താവനകളും ലോകരാജ്യങ്ങളുടെ മുന്നിൽ ഇന്ത്യൻ വൈജ്ഞാനിക രംഗത്തെ അപഹാസ്യമാക്കാൻ പര്യാപ്തമാണ്. സംഘ പരിവാറിന്റെ ബോധപൂർവ്വമായ അത്തരം ശ്രമങ്ങൾക്ക് മൂർച്ചവരുത്താനും ഉന്നത വിദ്യാഭ്യാസ മേഖലയെ പൊളിച്ചെഴുതാനും ലക്ഷ്യമിട്ട് കേന്ദ്ര സർക്കാർ പ്രഖ്യാപിച്ച പുതിയ വിദ്യാഭ്യാസ നയം രാജ്യത്തെ വിദ്യാ ഭ്യാസ മേഖലയെ ആശങ്കയിലാഴ്ത്തിയിരിക്കുകയാണ്. രാജ്യത്തിന്റെ ഉന്നത വിദ്യാഭ്യാസ രംഗത്ത് ആറര പതിറ്റാണ്ട് കാലമായി പ്രവർത്തിച്ചു വരുന്ന സംവിധാനമായ യു ജി സിയെ ഇല്ലാതാക്കി, ഹയർ എഡ്യൂക്കേ ഷൻ കമ്മീഷൻ ഓഫ് ഇന്ത്യ എന്ന സംവിധാനം കൊണ്ടുവരാനും അതു വഴി ഉന്നത വിദ്യാഭ്യാസ രംഗത്തെ തങ്ങളുടെ കൈപ്പിടിയിൽ ഒതുക്കാ നുമാണ് സർക്കാർ തീരുമാനം. ഉന്നത വിദ്യാഭ്യാസത്തെ പരിപൂർണ്ണമായി കച്ചവടവൽക്കരിക്കുന്നതിനും കാവിവൽക്കരിക്കുന്നതിനുമുള്ള ബി ജെ പിയുടെ മോഹം പൂർണ്ണമായും മറനീക്കി പുറത്ത് വരികയാണ് .

ഹയർ എഡ്യൂക്കേഷൻ കമ്മീഷൻ ഓഫ് ഇന്ത്യ എന്ന സമിതി രാജ്യത്തെ ഉന്നത വിദ്യാഭ്യാസ രംഗത്തെ നിയന്ത്രണ സമിതിയായി വർ ത്തിക്കും എന്നാണ് പ്രഖ്യാപിക്കപ്പെട്ടിരിക്കുന്നത്. പോരായ്മകളും വിമർശനങ്ങളും ഉണ്ടായിരുന്നെങ്കിൽക്കൂടിയും, രൂപീകരണ കാലഘട്ടം മുതൽ രാജ്യത്തെ സർവ്വകലാശാലകളെ ഏകോപിപ്പിക്കുകയും സർവ്വ കലാശാലകളുടെ വിദ്യാഭ്യാസ, ഗവേഷണ, അധ്യാപന രംഗങ്ങളിൽ ക്രിയാത്മകമായ നിർദ്ദേശം നൽകിയും കേന്ദ്ര-സംസ്ഥാന സർവ്വകലാ ശാലകൾക്ക് ധനസഹായം നൽകിയും പ്രവർത്തിച്ചുവന്ന സ്വയംഭരണ സമിതിയാണ് യുജി.സി, ഡോക്ടർ എസ്.രാധാകൃഷ്ണൻ, ജവ ാഹർലാൽ നെഹ്റു തുടങ്ങിയവരുടെ ഉന്നത വിദ്യാഭ്യാസ ദർശനത്തിന്റെ സാകല്യമാണ് യൂണിവേഴ്സിറ്റി ഗ്രാന്റ്സ് കമ്മീഷൻ. ആരംഭകാലത്ത് ഉണ്ടായിരുന്ന ഇരുപത് സർവ്വകാശാലകളിൽനിന്നും ഇന്നുള്ള എണ്ണൂറ്റി അൻപതിലധികം സർവ്വകലാശാലകളായി വർദ്ധിച്ചിട്ടുപോലും വിഭാവനം ചെയ്യപ്പെട്ട ഉദ്ദേശലക്ഷ്യങ്ങളിൽ നിന്നും വലിയ വ്യതിയാനം യു ജി സിക്ക് വന്നിരുന്നില്ല. ആഗോളവൽക്കരണാനന്തരം വിദ്യാഭ്യാസമേഖല യിൽ വരേണ്യ ശക്തികൾക്കനുഗുണമായ കാഴ്ചപ്പാട് പലവിധേനയും നടപ്പാക്കാനാണ് ഭരണകൂടം ശ്രമിച്ചത്. വിപണിയെ പരിപോഷിപ്പിക്കേണ്ട ഒരു ഘടകമായി മാത്രം വിദ്യാഭ്യാസം വീക്ഷിക്കപ്പെടുകയും ചെയ്തു. തൽഫലമായാണ് വാജ്പേയി സർക്കാരിന്റെ കാലത്ത് നിലവിൽ വന്ന അംബാനി, ബിർള കമ്മീഷൻ, പിന്നീട് സാം പിത്രോഡയുടെ നേതൃത്വ ത്തിൽ വന്ന ദേശീയ വിജ്ഞാന കമ്മീഷൻ തുടങ്ങിയ സമിതികൾ

അത്തരം കാഴ്ചപ്പാടിന് അനുസൃതമായ പലവിധ നിർദ്ദേശങ്ങൾ മുന്നോട്ട് വെയ്ക്കുകയാണുണ്ടായത്. പക്ഷേ, പുരോഗമന പ്രസ്ഥാനങ്ങളുടെയും അക്കാദമിക സമൂഹത്തിന്റെയും ജാഗ്രത്തായ ഇടപെടലുകൾ അവരെ പ്രതിരോധിക്കുവാൻ പര്യാപ്തമായി. യൂണിയൻ സർക്കാരുകളുടെ അക്കാദമികവിരുദ്ധ നിർദ്ദേശങ്ങൾക്കെതിരെ ശക്തമായ നിലപാടാണ് ഇടതുപക്ഷം സ്വീകരിച്ചത്.

യു ജി സിയെ പിരിച്ചു വിടാനുള്ള തീരുമാനം ഏവരേയും ഞെട്ടിച്ചു. വിദ്യാഭ്യാസ മേഖലയിൽ ഇത്രയും വലിയ ഒരു അട്ടിമറി നടത്തിയവർ പുതിയ സമിതിയുടെ രൂപീകരണത്തിനുള്ള കൃത്യമായ സാഹചര്യമോ തൃപ്തികരമായ ഒരു വിശദീകരണമോ നൽകുന്നുമില്ല. രാജ്യത്തിന്റെ ഭാഗധേയം നിർണ്ണയിക്കാൻ പോന്ന പുതിയ തീരുമാനത്തിന് മേൽ അഭി പ്രായം സമാഹരിക്കാൻ സംസ്ഥാന സർക്കാരുകളുമായി ഗൗരവതരമായ കൂടിയാലോചന നടത്തിയില്ല. അക്കാദമിക് സമൂഹത്തിനുപോലും സുചി ന്തിതമായ അഭിപ്രായ രൂപീകരണത്തിന് അവസരമില്ലാതാകുകയാണ്. അറുപത്തഞ്ചു കൊല്ലത്തെ പ്രവർത്തന പാരമ്പര്യമുള്ള സ്ഥാപനത്തെ ഒരു രാത്രി പുലരുമ്പോഴേക്കും സമൂലം അപ്രത്യക്ഷമാക്കാനുള്ള നീക്കത്തിന് പിന്നിൽ ദുരൂഹതയും ദുഷ്ടലാക്കും ഉണ്ട്. പ്രാഥമിക വിദ്യാ ഭ്യാസം മുതൽ ഉന്നത വിദ്യാഭ്യാസം വരെ തങ്ങളുടെ നിയന്ത്രണത്തി ലാക്കാൻ എല്ലാവിധേനയും യൂണിയൻ സർക്കാർ ശ്രമിച്ചു വരികയാ ണ്. ഫെഡറൽ തത്വങ്ങളുടെ ലംഘനം എന്നത് അവരുടെ മുഖമുദ്രയാ യി. കൃത്യമായ രാഷ്ട്രീയ വിവേചനം, ധനസഹായമുൾപ്പെടെയുള്ള മേഖലകളിൽ ദൃശ്യമാണ്. ഹയർ എഡ്യൂക്കേഷൻ കമ്മീഷന്റെ രൂപീക രണത്തോടെ വിദ്യാഭ്യാസ സ്ഥാപനങ്ങൾക്ക് നൽകുന്ന ഗ്രാന്റുകൾ പൂർണ്ണമായും കേന്ദ്ര സർക്കാർ ഏറ്റെടുക്കും. മാനവ വിഭവശേഷി മന്ത്രാ ലയമാകും അത് നൽകുക. അതോടെ രാജ്യത്തെ സർവ്വകലാശാലക ളുടെ പൂർണ്ണ നിയന്ത്രണം മന്ത്രാലയത്തിനു കീഴിലെത്തും.

പുതിയ വിദ്യാഭ്യാസ നയം ഇന്ത്യൻ വിദ്യാഭ്യാസത്തെയോ അധ്യാ പനത്തെയോ ഗവേഷണത്തെയോ അവയുടെ ഗുണനിലവാരത്തെയോ വിലയിരുത്തുന്നില്ല. വിദ്യാഭ്യാസ സ്ഥാപനങ്ങൾ വിജ്ഞാനോല്പദാന ത്തിന്റെയും വിമർശനാവബോധത്തിന്റെയും മതനിരപേക്ഷ മാനവിക തയുടെയും കേന്ദ്രങ്ങളാണ്. ഇനി വിപണിക്ക് വേണ്ടിയുള്ള തൊഴിൽ പരിശീലന കേന്ദ്രങ്ങൾ മാത്രമാണ് അവയുടെ ധർമ്മം എന്ന സങ്കൽപ്പ നത്തിൽ ഊന്നിനിന്നുകൊണ്ടാണ് പുതിയ വിദ്യാഭ്യാസ നയം അവതരി പ്പിച്ചത്. അതിനപ്പുറമുള്ള ഒരുവിധ കാഴ്ചപ്പാടും മുന്നോട്ട് വെയ്ക്കും. അധികാര കേന്ദ്രീകരണം മാത്രമാണ് സർക്കാർ ലക്ഷ്യം. സ്ഥാപന ത്തിന്റെ പ്രകടനത്തിന്റെ അടിസ്ഥാനത്തിലാകും ധനസഹായവും സ്ഥാന ക്കയറ്റവും എന്ന് വ്യവസ്ഥ ചെയ്യുക വഴി തങ്ങൾക്ക് പ്രീതിജനകമായ

കാര്യങ്ങൾ ചെയ്യുന്ന സ്ഥാപനങ്ങൾക്ക് മാത്രമാകും ഭാവിയിൽ നില നിൽപ്പ് ഉണ്ടാവുക എന്ന് പറയാതെ പറയുകയാണ്.

ചാണക, ഗോമൂത്ര ഗവേഷണകേന്ദ്രങ്ങൾ മാത്രമായി ഉന്നത വിദ്യാഭ്യാസ സ്ഥാപനങ്ങൾ പരിവർത്തനം ചെയ്യപ്പെടും എന്നതിൽ സംശ യമില്ല. യു ജി സിയെ കേവലം ഫണ്ട് വിതരണ ഏജൻസിയായി ചിത്രീ കരിച്ചാണ് അതിനെ അട്ടിമറിക്കാനുള്ള ശ്രമം നടത്തിയത്. അക്കാദമിക കാര്യങ്ങളിലെ സങ്കുചിത രാഷ്ട്രീയ ഇടപെടലിനെ തടയാൻ പര്യാപ്ത മായിരുന്നു സംവിധാനം. എന്നാൽ ഉന്നത വിദ്യാഭ്യാസ കമ്മീഷനിൽ അതല്ല സ്ഥിതി. മുഴുവൻ ഉത്തരവുകളും യൂണിയൻ സർക്കാർ അനുമ തിയോടെ മാത്രമേ ഇനി പുറപ്പെടുവിക്കാൻ കഴിയുകയുള്ളൂ. കൗൺസിൽ അംഗങ്ങളുടെ നിയമന കാര്യത്തിലും ആജ്ഞാനുവർത്തികളെ മാത്രം നിയമിക്കാൻ കഴിയും വിധമാണ് വ്യവസ്ഥകൾ. മികച്ച അക്കാദമിക പാരമ്പര്യമുള്ള, പേരുകേട്ട സ്ഥാപനങ്ങളിൽ പ്രവർത്തിച്ച് യാതൊരുവിധ യോഗ്യതയുമില്ലാത്തവരെ തിരുകിക്കയറ്റുന്നതും പ്രധാനമന്ത്രിയും കേന്ദ്ര മന്ത്രിമാരും ബിജെപി മുഖ്യമന്ത്രിമാരും അനുദിനം പുറപ്പെടുവിക്കുന്ന അബദ്ധജടില പ്രസ്താവനകളുമൊക്കെ ലോക രാജ്യങ്ങൾക്ക് മുന്നിൽ ഇന്ത്യയെ ഇതിനകം തന്നെ അപഹാസ്യമാക്കി തീർത്തിട്ടുണ്ട്. ശാസ്ത്ര കോൺഗ്രസ്സ് ഉൾപ്പെടെയുള്ള വേദികളെ ഇത്തരം വങ്കത്തരം പ്രസ്താ വിക്കാനുള്ള ഇടമാക്കി മാറ്റുന്നത് ഒരു ജനതയുടെ ആത്മാഭിമാനത്തെ ചോദ്യം ചെയ്യുന്നതാണ്.

രാജ്യത്തെ ഗവേഷണമേഖലയുടെ ഔന്നത്യം അട്ടിമറിക്കപ്പെടുക യാണ്. ഫെല്ലോഷിപ്പുകൾക്കും സ്ഥാപനങ്ങൾക്കുള്ള ധനസഹായ ത്തിലും വൻ വെട്ടിക്കുറവുകൾ ആണ് വരുത്തിയിരിക്കുന്നത്. തങ്ങൾക്ക് അഭിമതമായ രീതിയിലല്ല, ഗവേഷണം എന്നുകണ്ട് നിരവധി നിയന്ത്ര ണങ്ങളാണ് ആ മേഖലയിൽ ഇതിനോടകം ഏർപ്പെടുത്തി കഴിഞ്ഞിരി ക്കുന്നത്. ഫീസ് വർദ്ധനവും അധ്യാപക നിയമനങ്ങളിലെ ഇടപെടലു കളും വ്യാപകമായി കഴിഞ്ഞു. നിർണ്ണായകമായ പല സ്ഥാനങ്ങളിലും തങ്ങളുടെ താൽപ്പര്യം ശിരസാവഹിക്കുന്നവരെ കുടിയിരുത്താൻ ഇതു വരെ ഉണ്ടായിരുന്ന പ്രതിസന്ധി മറികടക്കാൻ പുതിയ വിദ്യാഭ്യാസ നയം സർക്കാരിനെ സഹായിക്കും. അസത്യങ്ങളും അന്ധവിശ്വാസങ്ങളു മായിരിക്കും പഠന മേഖലയിൽ നിറയുക. സ്വയംഭരണ സ്ഥാപനങ്ങളും സ്വയംപഠന പദ്ധതികളുടെ വ്യാപനവും മറ്റു പല ലക്ഷ്യങ്ങൾക്കും വേണ്ടിയാണ്. ലാഭാധിഷ്ഠിതമായി മാത്രം വിദ്യാഭ്യാസത്തെ കാണുകയും വിപണിക്ക് ആവശ്യമായ തൊഴിൽ നൈപുണി നേടൽ മാത്രമാണ് വിദ്യാഭ്യാസത്തിന്റെ ലക്ഷ്യം എന്ന് കരുതകയും ചെയ്യുന്ന സങ്കുചിത കാഴ്ച പ്പാടാണ് ഇതിനുപിന്നിൽ. ഒന്നാം യു പി എ സർക്കാരിന്റെ കാലത്തുതന്നെ യുജിസിയെ അട്ടിമറിച്ച് ഹയർ എഡ്യൂക്കേഷൻ കമ്മീ

ഷൻ കൊണ്ടുവരാൻ മൻമോഹൻ സിംഗ് നടത്തിയ ശ്രമങ്ങളെ മുളയിലേ നുള്ളാൻ അന്ന് ഇടതുപക്ഷത്തിനു കഴിഞ്ഞിരുന്നു. തുടർന്ന് 2011 ൽ യു ജി സി, എ ഐ സി ടി ഇ, എൻ സി ടി ഇ തുടങ്ങിയ സ്ഥാപനങ്ങളെ തകർക്കാൻ ലക്ഷ്യമിട്ട് സർക്കാർ ബില്ല് അവതരിപ്പിച്ചിരുന്നു. രാജ്യത്തെ കോൺഗ്രസ് സർക്കാരുകൾ ആഗ്രഹിച്ചിരുന്നത് മൂലധന താല്പര്യങ്ങൾക്ക് വഴങ്ങിക്കൊടുക്കൽ ആണെങ്കിൽ ബി.ജെ.പിയുടെ വിഷലിപ്തചിന്ത തങ്ങളുടെ വർഗ്ഗീയ താല്പര്യങ്ങളുടെ ഒളിച്ചുകടത്തൽ കൂടിയാണ്. കാവിവൽക്കരണവും, ഭൂരിപക്ഷ വർഗ്ഗീയ അജൻഡ നടപ്പിലാക്കുന്നതും വഴി വിദ്യാഭ്യാസ മേഖലയിലും ബഹുസ്വരതയുടെ നിഷേധമാണ് ഉണ്ടാകുക. അതാത് സംസ്ഥാനങ്ങളിലെ ക്രിയാത്മക പ്രവർത്തനത്തെയും സാരമായി ബാധിക്കും.

മൂന്ന്: പുതിയ വിദ്യാഭ്യാസ നയം ഇന്ത്യയുടെ ഫെഡറൽ മൂല്യങ്ങളെ തിരസ്കരിക്കുന്നതാണ്. 484 പേജുകളുള്ള റിപ്പോർട്ടാണ് നയരൂപീകരണത്തിന് അടിസ്ഥാനം. കേന്ദ്രീകൃത സ്വഭാവം ആണ് അതിൽ പ്രതിഫലിക്കുന്നത്. പ്രാദേശിക വൈവിധ്യങ്ങളെയോ സംസ്ഥാനങ്ങളുടെ സവിശേഷതകളെയോ മാനിക്കുന്നില്ല. മതനിരപേക്ഷത, ജനാധിപത്യം, സോഷ്യലിസം തുടങ്ങിയ ആശയങ്ങളെ സംബന്ധിച്ച് പൂർണ്ണ നിശ്ശബ്ദത പാലിക്കുന്നു. ഇന്ത്യയുടെ ഭൂമിശാസ്ത്രപരമായ പ്രത്യേകതകൾക്കനുസരിച്ച് വിപുലപ്പെടേണ്ട വൈവിധ്യ പൂർണമായ രാഷ്ട്ര സങ്കൽപ്പങ്ങളെ പരിഗണിക്കുന്നില്ല. വിദ്യാഭ്യാസത്തെ സംബന്ധിച്ച് യൂണിയൻ–സംസ്ഥാന സർക്കാരുകൾക്ക് നിയമനിർമ്മാണത്തിന് അധികാരം നൽകുന്ന (കൺകറന്റ് ലിസ്റ്റ്) ഭരണഘടന വ്യവസ്ഥകളെ അട്ടിമറിക്കാനാണ് നീക്കം. സിലബസ്, കരിക്കുലം എന്നിവയുടെ രൂപീകരണവുമായി ബന്ധപ്പെട്ട് സംസ്ഥാനങ്ങളുടെ അധികാരം ഇല്ലാതാകുന്നു. സർവ്വകലാശാലകളുടെ അക്കാദമിക് സ്വാതന്ത്ര്യം അട്ടിമറിക്കപ്പെടുന്നു. ഗ്രാമീണ മേഖലയിലെ സർക്കാർ കോളേജുകൾ പടിപടിയായി നിർത്തലാക്കപ്പെടും. അല്ലെങ്കിൽ നഗരങ്ങളിലെ കോളേജുകളുമായി മത്സരിക്കാൻ സാധിക്കാതെ അടച്ചുപൂട്ടും. സാമൂഹ്യനീതിയിലധിഷ്ഠിതമായ ആശയങ്ങൾക്ക് യാതൊരു പ്രാധാന്യവും പുതിയ നയത്തിൽ കല്പിക്കപ്പെട്ടിട്ടില്ല. പാർലമെന്റ് വിശദമായി ചർച്ച ചെയ്തിട്ടില്ല. അതിനുമുമ്പേ നയം പ്രഖ്യാപിച്ചു. കമ്പോള താൽപര്യങ്ങൾക്കനുസൃതമായ നിലപാടുകളാണ് ഏറിയ പങ്കും. സ്വയം ഭരണ, നൈപുണ്യ വികസനം തുടങ്ങിയ ഓമനപ്പേരുകളിൽ വാണിജ്യ താൽപര്യങ്ങളാണ് ഒളിഞ്ഞിരിക്കുന്നത്. സംസ്കൃതത്തിന് അമിത പ്രാധാന്യം നൽകുന്നു. വേദകാല സംസ്കാരം, ആത്മീയത, ധാർമ്മിക മൂല്യങ്ങൾ എന്നിങ്ങനെയുള്ള സങ്കല്പങ്ങളെയാണ് വിദ്യാഭ്യാസ നയത്തിനോടൊപ്പം അവതരിപ്പിക്കുന്നത്. പുറമേക്ക് മികച്ചതാണെന്ന് തെറ്റിദ്ധരിപ്പിക്കാൻ, സുന്ദരമായ വാക്കു

കൾ ചേർത്ത് നയരേഖ തയ്യാറാക്കി. എന്നാൽ അടിസ്ഥാനപരമായി ഏകാധിപത്യ മൂല്യങ്ങളും കമ്പോള–വർഗ്ഗീയ രാഷ്ട്രീയവും ഒളിച്ച് കടത്തുകയാണ് ചെയ്തിരിക്കുന്നത്.

പിൻകവിത:

കൈവേലക്കാർ കളിമണ്ണിൽ നിന്ന്
ബോധം സൃഷ്ടിക്കുകയും
ദേവതമാരെ പുഴയിലാഴ്ത്തുകയും
ചെയ്യുന്നിടത്ത്
കരിമ്പുനീര് പതയുകയും
ആണുങ്ങൾ കയറ്റുകട്ടിലിലിരുന്നു
താളത്തിനൊത്ത് സ്ഖലിച്ച്
കാവിക്കൊടികളെ വന്ദിക്കുന്നിടത്ത്
ശിവാജി കുടക്കീഴിൻ തണലിൽ നിന്ന്
ഉണക്കപ്പുല്ലിനും പോളിത്തീൻ സഞ്ചികൾക്കും
മേൽനോട്ടം വഹിക്കുന്നിടത്ത്
ഒരു പക്ഷി താഴേക്ക് പറന്നിറങ്ങി
കല്ലിന്റെ കണ്ണുകളിൽ കൊക്കാഴ്ത്തുന്നു
മൈക്കുകൾ മഹാ ആരതികൾക്ക് ആർപ്പുവിളിച്ച്
മറ്റു ശബ്ദങ്ങളെ എല്ലാം നിശ്ശബ്ദമാക്കുന്നു.
വിഗ്രഹങ്ങൾ ചോരയൊലിപ്പിക്കുകയോ
വിയർക്കുകയോ മനുഷ്യർക്ക് കേൾക്കാവുന്ന വിധം
വാക്കുകൾ ഉച്ചരിക്കുകയോ ചെയ്യുന്നില്ല
വാളുകൾ പന്തൽ താങ്ങി നിർത്തുന്നു
ചുവന്ന നാവുകൾ അലറുന്നു
വാലുകൾ ആടുന്നു

(അഞ്ജു മഖീജ സിന്ധി കവി, വിവർത്തക, ബോംബെയിൽ താമസം)

മുറിവേറ്റ ജനാധിപത്യം

ഇന്ത്യൻ ജനാധിപത്യം കടുത്ത വെല്ലുവിളികളെ നേരിടുകയാണ്. പൗരത്വ നിയമഭേദഗതി, മുത്തലാഖ് നിയമം, പാഠപുസ്തകങ്ങളുടെ വർഗ്ഗീയവൽക്കരണം, ഹിജാബ് നിരോധനം, മതപരിവർത്തന നിരോധന നിയമം, ലൗ ജിഹാദ്, വിദ്വേഷ പ്രചരണം എന്നിവ പുതിയ സംഘർഷങ്ങൾക്ക് ഇടയാക്കിയിരിക്കുന്നു. അത് മതനിരപേക്ഷതയെയും, വ്യക്തി സ്വാതന്ത്ര്യത്തെയും ജനാധിപത്യമൂല്യങ്ങളെയും ഹനിക്കുകയാണ്. കാശ്മീർ വിഭജനം, എൻ ഐ എ നിയമഭേദഗതി, സി ബി ഐ ഇ ഡി അമിതാധികാര പ്രയോഗം, ഹിന്ദി അടിച്ചേൽപ്പിക്കൽ എന്നിവ ഫെഡറലിസത്തെ വേട്ടയാടുന്നതിനുള്ള നടപടിയാണ്. സർവകലാശാലകൾ, ഉന്നത വിദ്യാഭ്യാസ കേന്ദ്രങ്ങൾ എന്നിവയെ സംഘപരിവാറിന്റെ കൈപ്പിടിയിൽ ഒതുക്കാനാണ് നീക്കം. ഇത്തരം ആക്രമണങ്ങളെക്കുറിച്ച് സി പി ഐ (എം) പാർട്ടി കോൺഗ്രസ് കൃത്യമായ വിശകലനം ചെയ്തിട്ടുണ്ട്.

The 23rd Congress Condemns the attacks by the Central Govt. of Federalism in multiple phases. Educational Political Fiscal Social and Cultural Although the constitution declares India a Union of States, the States in India today neither have the resources to fulfill their tasks as laid down in the constitution or do they have the right to raise such resources. The present situation is not because of the action or inaction of the states but directly the consequences of central Government Policy..

The role of Government and Lt. Governors transgresses all constitutional norms. They functions as an extension of the BJP's political ajenda in opposition ruled states....

അമിതാധികാര വാഴ്ചയിലേക്ക്

സംസ്ഥാനങ്ങളുടെ അധികാരത്തെ മാനിക്കാത്ത കേന്ദ്രസർക്കാർ ഫെഡറലിസത്തിന് കളങ്കമാണ്. ഗവർണറുടെ അധികാരവും പദവിയും സംബന്ധിച്ച വിഷയത്തിൽ ഭരണഘടന രൂപീകരണകാലം മുതൽ തർക്കം നിലനിൽക്കുന്നുണ്ട്. കോൺഗ്രസ് രാജ്യം ഭരിക്കുന്ന കാലത്തും ഇപ്പോൾ ബി ജെ പി അധികാരത്തിലിരിക്കുമ്പോഴും അവരുടെ രാഷ്ട്രീയ താത്പര്യങ്ങൾ സംരക്ഷിക്കാൻ ഗവർണർ പദവിയെ ദുരുപയോഗപ്പെടുത്തുന്നതായുള്ള വിമർശനം ഉണ്ട്. ഗവർണറും സംസ്ഥാനങ്ങളുമായി എല്ലാക്കാലവും ചില ഏറ്റുമുട്ടൽ നടക്കാറുണ്ട്. എന്നാൽ ഇപ്പോൾ കാര്യങ്ങൾ അതിനുമപ്പുറത്തേക്കു പോയി. ഫാസിസ്റ്റ് സ്വഭാവമുള്ള ആർ എസ് എസിനാൽ നയിക്കപ്പെടുന്ന ഒരു സർക്കാർ നിലവിൽ വരുന്നത് 2014 ലാണ്. അതിനുശേഷം ഗവർണർമാരും ദൽഹി ലഫ്റ്റനന്റ് ഗവർണറും കേന്ദ്ര ഭരണപ്രദേശങ്ങളിലെ അഡ്മിനിസ്ട്രേറ്റർമാരും ഏകാധിപത്യപ്രവണതകൾ പ്രകടിപ്പിച്ചു തുടങ്ങി. സംസ്ഥാന സർക്കാരുകളെ അട്ടിമറിക്കാൻ കൂട്ടുനിൽക്കുക, ബില്ലുകളും ഓർഡിനൻസുകളും പിടിച്ചു വയ്ക്കുക, സർവകലാശാല ചാൻസലർ എന്ന പദവി ഉപയോഗിച്ച് വിദ്യാഭ്യാസ രംഗത്ത് തെറ്റായി ഇടപെടുക എന്നിങ്ങനെ പല നിലയിൽ ദൃശ്യമാണ്. സംസ്ഥാന സർക്കാരുകളോട് നിസ്സഹകരിക്കുന്ന ഗവർണർമാരെ തിരിച്ചുവിളിക്കാൻ പ്രസിഡന്റിനോട് ശുപാർശ ചെയ്യുകയും ചാൻസലർ പദവിയിൽ നിന്ന് ഗവർണർമാരെ മാറ്റുന്ന നിയമഭേദഗതി കൊണ്ടുവരുന്ന നിലയുമുണ്ടായി.

ബ്രിട്ടീഷ് ഭരണത്തിന് കീഴിൽ 1935 ലെ ഗവൺമെന്റ് ഓഫ് ഇന്ത്യ ആക്ടിൽ (Government of India Act 1935) രാജ്യം മുഴുവൻ അധികാരമുള്ള ഗവർണർ ജനറലിനെക്കുറിച്ച് വിശദീകരിക്കുന്നു. ബ്രിട്ടീഷ് പ്രവശ്യകളും നാട്ടുരാജ്യങ്ങളും ചേർന്ന ഒരു ഫെഡറേഷനാണ് വ്യവസ്ഥ ചെയ്യപ്പെട്ടത്. പ്രതിരോധം, വിദേശകാര്യം തുടങ്ങിയ സുപ്രധാന ചുമതലകൾ ഗവർണർ ജനറലിനായിരിക്കും. ഗവർണർ ജനറൽ, ഗവർണറുടെ കൗൺസിലർമാർ, മന്ത്രിമാർ എന്നിവരടങ്ങുന്നതാണ് ഫെഡറൽ എക്സിക്യൂട്ടീവ്. ഗവർണർ ജനറലിന്റെ നിയമനാധികാരി ബ്രിട്ടീഷ് ചക്രവർത്തിയാണ്. എല്ലാ മേഖലകളിലും വിശാലമായ അധികാരം ഗവർണർ ജനറലിന് ഉണ്ടാകും. മന്ത്രിസഭയുടെ ഉപദേശമനുസരിച്ച് തീരുമാനമെടുക്കാനുള്ള വിഷയങ്ങൾ, ഗവർണർ ജനറലിന് വിവേചനാധികാരത്തോടെ തീരുമാനമെടുക്കാൻ കഴിയുന്ന വിഷയങ്ങൾ എന്നിങ്ങനെ വിഭജിക്കപ്പെടുന്നു. പക്ഷേ പ്രായോഗികതലത്തിൽ ഗവർണർ ജനറലിന്റെ പരമാധികാരമാണ് നടപ്പാക്കപ്പെട്ടത്. കേന്ദ്ര നിയമസഭ സ്ഥാപിക്കുമെങ്കിലും അതിനു മുകളിലാണ് ഗവർണർ ജനറൽ. ഓരോ പ്രവിശ്യയിലും ഓരോ ഗവർണറുണ്ടാവും. പ്രവിശ്യകൾക്ക് സ്വയം ഭരണമുണ്ടെന്നാണ് സങ്കൽപ്പമെങ്കിലും ഗവർണർമാരുടെ ഏകാധിപത്യമാണ് അവിടെയും നടപ്പിലായത്. പ്രവിശ്യനിയമസഭ പാസാക്കുന്ന ബില്ലുകൾ പിടിച്ചു വയ്ക്കാനും ഗവർണർ ജനറലിന് വിടാനും ബ്രിട്ടീഷ് ചക്രവർത്തിയുടെ ഇംഗിതത്തിന്

അനുസരിച്ച് അതിൽ മാറ്റം വരുത്താനും വ്യവസ്ഥയുണ്ട്. 1947 ലെ ഇന്ത്യൻ സ്വാതന്ത്ര്യ നിയമപ്രകാരം (Indian independence Act) രണ്ട് സ്വതന്ത്ര രാഷ്ട്രങ്ങൾ രൂപീകരിക്കുകയും അവയ്ക്ക് രണ്ടിനും ഓരോ ഗവർണർ ജനറലിനെയും നിയോഗിച്ചു. ഗവർണർ ജനറൽ ബ്രിട്ടീഷ് ചക്രവർത്തിയുടെ പ്രതിരൂപമാണ്. എന്നാൽ 1950 ൽ നിലവിൽ വന്ന ഇന്ത്യൻ ഭരണഘടനയിൽ ഗവർണർ ജനറൽ പദവിയില്ല. ഗവർണർ പദവി തുടരുകയും ചെയ്തു.

സംസ്ഥാനത്തിന്റെ ഭരണഘടനാ തലവനായി പ്രവർത്തിക്കുന്നത് ഗവർണറാണ്. രാഷ്ട്രപതിയാണ് ഗവർണറെ നിയമിക്കുന്നത്. ഒരു വ്യക്തി രാഷ്ട്രപതിയാവുന്നത് നിയമസഭാ, പാർലമെന്റ് അംഗങ്ങൾ ഉൾപ്പെട്ട ഇലക്ട്രൽ കോളേജ് വഴി നടക്കുന്ന തിരഞ്ഞെടുപ്പിലൂടെയാണ്. എന്നാൽ ഗവർണറുടേത് തിരഞ്ഞെടുപ്പല്ല, രാഷ്ട്രപതിയുടെ നാമനിർദ്ദേശമാണ്. കേന്ദ്ര സർക്കാരിന് താത്പര്യമുള്ള വ്യക്തിയെ രാഷ്ട്രപതി നിർദ്ദേശിക്കുന്നു എന്നതാണ് രീതി. ഹൈക്കോടതി ചീഫ് ജസ്റ്റിസിനു മുന്നിലാണ് ഗവർണർ സത്യപ്രതിജ്ഞ ചെയ്യേണ്ടത്. 35 വയസ് കഴിഞ്ഞ ഏതൊരു ഇന്ത്യൻ പൗരനും ഗവർണർ ആകാൻ യോഗ്യതയുണ്ട്. മറ്റു വരുമാനം ലഭിക്കുന്ന സ്ഥാനങ്ങളോ നിയമസഭാ പാർലമെന്റ് അംഗത്വമോ പാടില്ല. ഇപ്രകാരം ലളിതമായ വ്യവസ്ഥകളേ യോഗ്യതയിൽ പറയുന്നുള്ളു.

ഗവർണർ നിഷ്പക്ഷൻ ആയിരിക്കണം എന്നതാണ് ഭരണഘടന നിർമ്മാണ സഭ മുന്നോട്ടുവച്ച ആശയം. കക്ഷിരാഷ്ട്രീയ പരിഗണനയോടുകൂടി പ്രവർത്തിക്കാൻ പാടില്ല. ഒരു സംസ്ഥാനത്ത് നിയോഗിക്കപ്പെടുന്ന ഗവർണർ ആ സംസ്ഥാനത്തിന് പുറമേനിന്നുള്ള ആൾ ആയിരിക്കും എന്നതാണ് കീഴ്വഴക്കം. സംസ്ഥാന നിയമസഭയുടെ അംഗീകാരം ലഭിച്ച ബില്ലുകൾ ഗവർണർക്ക് സമർപ്പിക്കുകയും ഗവർണറുടെ അനുവാദം വാങ്ങുമ്പോൾ അത് നിയമമാവുകയും ചെയ്യും. ഒരു ബില്ല് തന്റെ പരിഗണനയ്ക്കു വന്നാൽ മൂന്നു വഴികളാണ് ഗവർണർക്ക് മുന്നിലുള്ളത്. (1) ഗവർണർക്ക് അംഗീകരിക്കാം അല്ലെങ്കിൽ അംഗീകരിക്കാതിരിക്കാം, (2) നിയമസഭയ്ക്ക് തിരിച്ച് അയക്കാം. അങ്ങനെ അയയ്ക്കുകയും സഭ അത് വീണ്ടും സമർപ്പിക്കുകയും ചെയ്താൽ ഗവർണർ ഒപ്പിടേണ്ടതാണ്. (3) നിയമസഭ പാസാക്കുന്ന ഒരു ബില്ല് രാഷ്ട്രപതിക്ക് അയച്ച് അംഗീകാരം തേടുക. ഇതിലേതായാലും ബില്ലിൻമേൽ തീരുമാനം കൈക്കൊള്ളേണ്ടത് ഗവർണറുടെ ബാധ്യതയാണ്. അനന്തമായി ബില്ല് പിടിച്ചുവയ്ക്കാൻ ഗവർണർക്ക് അധികാരമില്ല എന്ന് സാരം.

ഭൂരിപക്ഷ കക്ഷിയുടെ താൽപ്പര്യപ്രകാരം ഗവർണർ സർക്കാർ രൂപീകരിക്കാൻ നിയമസഭ വിളിച്ചുകൂട്ടുന്നു. നിയമസഭയിൽ ഭൂരിപക്ഷം ലഭിച്ചവർ സർക്കാർ രൂപീകരിക്കുന്നു. ഭരണഘടന അനുഛേദം 164 ഇപ്രകാരം വ്യക്തമാക്കുന്നു. 'The Chief Minister shall be appointed by the Governor and the other Ministers shall be appointed by the Governor on the Ministers shall hold office during the Pleasure of the Governor' ഗവർണറാണ് മുഖ്യമന്ത്രിയെ നിയമിക്കുന്നത്. മുഖ്യമന്ത്രിയുടെ ഉപദേശപ്രകാരം മറ്റു മന്ത്രിമാരെ നിയമിക്കുന്നു. സ്വതന്ത്രമായി ആരെയെങ്കിലും നിയമിക്കാൻ ഗവർണർക്ക് അധികാരമില്ല. അതുകൊണ്ടുതന്നെ മന്ത്രിമാരെ പുറത്താക്കാൻ ഗവർണർക്ക് സ്വേച്ഛാധികാരവുമില്ല. ഗവർണറുടെ 'പ്രീതി'യുള്ളതുവരെ മന്ത്രിമാർ തുടരും എന്നതിലെ 'പ്രീതി' വ്യക്തിപരമല്ല. ഭരണഘടന ഡ്രാഫ്റ്റിംഗ് കമ്മിറ്റി ചെയർമാൻ ഡോ. ബി ആർ അംബേദ്കർ 'പ്രീതി' എന്ന വാക്കിന്റെ അർത്ഥം കൃത്യമായി വിശദീകരിച്ചിട്ടുണ്ട്. ഭൂരിപക്ഷത്തിന് വിശ്വാസം ഉള്ളിടത്തോളം അധികാരത്തിൽ തുടരും എന്നതാണ് ഭരണഘടന ഉദ്ദേശിക്കുന്നത്. മന്ത്രിസഭ പിരിച്ചു വിടാനുള്ള കാരണമായ ഭൂരിപക്ഷ പിന്തുണ നഷ്ടപ്പെട്ടാൽ ഗവർണറുടെ പ്രീതി അവസാനിക്കും. മുഖ്യമന്ത്രി, മന്ത്രിമാർ എന്നിവരെ സ്ഥാനത്തു നിന്ന് മാറ്റാൻ ഗവർണർക്ക് സ്വേച്ഛാപരമായ അധികാരമുണ്ടെന്ന്, (അനുച്ഛേദം 164 നെ വ്യാഖ്യാനിച്ചുകൊണ്ട്) മഹാവീർ പ്രസാദ് VS പി സി ഘോഷ് കേസിൽ (1969) കൽക്കട്ട ഹൈക്കോടതി വിധിച്ചു. പക്ഷേ അരുണാചൽപ്രദേശ് സർക്കാരിനെ പിരിച്ചുവിട്ട നടപടി റദ്ദ് ചെയ്ത സുപ്രീംകോടതി വിധി (2016) ഗവർണറുടെ വിവേചനാധികാരത്തിന്റെ പരിമിതിയെ ഓർമിപ്പിച്ചു.

സംസ്ഥാനങ്ങളിൽ സംഭവിക്കുന്നത്

അരുണാചൽ പ്രദേശിൽ കോൺഗ്രസ്സ് സർക്കാർ നിലവിലിരിക്കുന്ന സന്ദർഭത്തിൽ ചില പ്രശ്നങ്ങളുണ്ടായി. 2015 ൽ അരുണാചൽ പ്രദേശ് നിയമസഭാ സ്പീക്കർക്കെതിരെ കോൺഗ്രസ്സ് വിമതർ ഗവർണറെ സമീപിച്ചു. നിയമസഭയിൽ തങ്ങളെ അയോഗ്യരാക്കാൻ നീക്കം നടത്തുന്നു എന്നാണ് അവർ ഉന്നയിച്ച പരാതി. തടർന്ന് ഗവർണർ നിയമസഭാ സമ്മേളനം വിളിച്ചു. ബി ജെ പി അംഗങ്ങളും കോൺഗ്രസ്സ് വിമതരും ഉൾപ്പെടെ പങ്കെടുത്തു. ഗവർണർ രാഷ്ട്രപതി ഭരണം പ്രഖ്യാപിക്കുകയും സർക്കാരിനെ പിരിച്ചുവിടുകയും ചെയ്തു. തുടർന്ന് സ്പീക്കർ ഹൈക്കോടതിയെ സമീപിച്ചു. ഹൈക്കോടതി ഗവർണറുടെ നടപടി ശരിവച്ചു. കേസ് സുപ്രീം കോടതിയിൽ എത്തി. രാഷ്ട്രപതി ഭരണം പ്രഖ്യാപിച്ച ഗവർണറുടെ നടപടിക്കെതിരെ മുഖ്യമന്ത്രി നബാം തുകിയും കോടതിയിൽ എത്തി. നിയമസഭ വിളിച്ചു ചേർക്കാൻ ഗവർണർക്ക് വിവേചനാധികാരം ഉണ്ടെന്നും ആ അധികാരം ചോദ്യം ചെയ്യാനാവില്ലെന്നുമാണ് ഗവർണർ വാദിച്ചത്. ഭരണഘടനയിലെ അനുഛേദം 361, അനുഛേദം 163, (2) അനുഛേദം 212, അനുഛേദം174 എന്നിവ ഗവർണറുടെ അധികാരത്തിന്റെ വ്യാപ്തിയിലേക്ക് വിരൽചൂണ്ടുന്നതായി അദ്ദേഹം വാദിച്ചു. ഗവർണറുടെ വിവേചനാധികാരത്തെ ചോദ്യം ചെയ്യാനാവില്ലെന്ന് അഭിപ്രായപ്പെട്ടു. ഗവർണർക്ക് നിയമസഭാ സമ്മേളനം വിളിച്ചു ചേർക്കുവാൻ സ്വേച്ഛാധികാരമില്ലെന്നും മന്ത്രിസഭയുടെ നിർദ്ദേശത്തിന്റെ അ

ടിസ്ഥാനത്തിലേ അത് വിളിക്കാൻ കഴിയൂ എന്നും സുപ്രീംകോടതി വിധിച്ചു. മന്ത്രിസഭയുടെ അധികാരങ്ങൾ കവരുന്നത് ശരിയല്ലെന്ന് കോടതി വ്യക്തമാക്കി. ഭരണഘടന അനുഛേദം 163 ഇപ്രകാരം വിശദീകരിക്കുന്നു.

Council of Ministers to aid and advice Governor :

There shall be a council of Ministers with the Chief Minister at the head & aid and advice of his functions except in so far as he is by or under this constitution required to exercise his functions or any of them in hos discretion. ഗവർണറിൽ അർപ്പിതമായ വിവേചനാധികാരത്തിന് പുറമേയുള്ള വിഷയങ്ങളിൽ അദ്ദേഹം മന്ത്രിസഭയുടെ ഉപദേശങ്ങൾക്ക് വിധേയമായി പ്രവർത്തിക്കേണ്ടതുണ്ട്. ഷംഷേർ സിംഗ് സ്റ്റേറ്റ് ഓഫ് പഞ്ചാബ് (1974) കേസിലും സുപ്രീംകോടതി ഇത് വ്യക്തമാക്കി. വ്യക്തിപരമായ 'പ്രീതി'യല്ല ഗവർണറുടേത്. സംസ്ഥാന സർക്കാരുകളുമായി യോജിച്ച് ഗവർണർ പ്രവർത്തിക്കണമെന്ന് കോടതി നിർദ്ദേശിച്ചു. ഭരണഘടന ചുമതലകൾക്ക് പുറമേവരുന്ന കാര്യങ്ങളിൽ മന്ത്രിസഭയുടെ ഉപദേശ പ്രകാരമേ പ്രവർത്തിക്കാൻ പാടുള്ളൂ. ഭരണനിർവഹണാധികാരം സർക്കാരിനാണ്. സർക്കാരിന് അധികാരം നൽകുന്നത് നിയമസഭയാണ്. മന്ത്രിസഭയുടെ ഉപദേശത്തിന് വിരുദ്ധമായി ഗവർണറുടെ അധികാരം വിനിയോഗിച്ച് തുടങ്ങിയാൽ സമാന്തര ഭരണമായി മാറും. അത് പാടില്ല ഷംഷേർ സിംഗ് കേസിന്റെ വിധിന്യായത്തിൽ സുപ്രീംകോടതി ഓർമ്മിപ്പിച്ചു.

തമിഴ്നാട് അനുഭവങ്ങൾ

തമിഴ്നാട് ഗവർണർക്കെതിരെ സുപ്രീംകോടതി രൂക്ഷവിമർശനം ചൊരിഞ്ഞത് രാജീവ് ഗാന്ധി വധക്കേസിലെ പ്രതികളുടെ ജയിൽമോചനം സംബന്ധിച്ച വിഷയത്തിലാണ്. ഈ വിഷയത്തിൽ തമിഴ്നാട്ടിലെ ഗവർണർ സ്വീകരിച്ച നിലപാട് തെറ്റാണെന്ന് സുപ്രീംകോടതി ചൂണ്ടിക്കാണിച്ചു. മുപ്പത് വർഷത്തെ ജീവപര്യന്തം തടവ് ശിക്ഷ അനുഭവിച്ച പ്രതികളെ വിട്ടയക്കണമെന്ന തമിഴ്നാട് സർക്കാരിന്റെ തീരുമാനത്തെ അംഗീകരിക്കാതെ ഗവർണറുടെ ഓഫീസ് തങ്ങളുടെ കർത്തവ്യ നിർവഹണത്തിൽ ഗുരുതര വീഴ്ചയാണ് വരുത്തിയത്.

രാജീവ്ഗാന്ധി വധക്കേസിൽ പ്രതികളായ 26 പേർക്ക് വിചാരണക്കോടതി വധശിക്ഷ വിധിച്ചെങ്കിലും 1999 ൽ മേൽക്കോടതി 19 പ്രതികളെ വെറുതെ വിട്ടു. പ്രതികളിലൊരാളായ നളിനി നൽകിയ അപേക്ഷയുടെ അടിസ്ഥാനത്തിൽ തമിഴ്നാട് സർക്കാർ വധശിക്ഷ ജീവപര്യന്തമായി ഇളവുചെയ്തു. 2011 ൽ മുരുകൻ, ശാന്തൻ, പേരറിവാളൻ എന്നീ പ്രതികളുടെ ദയാഹർജി പ്രസിഡന്റ് തള്ളിയതിനെ തുടർന്ന് വീണ്ടും ചെന്നൈ ഹൈക്കോടതിയിൽ ഹർജി വന്നു. തുടർന്ന് വധശിക്ഷ നടപ്പാക്കുന്നത്

ഹൈക്കോടതി തടഞ്ഞു. 2014 ൽ വധശിക്ഷ ജീവപര്യന്തമാക്കിക്കൊണ്ട് സുപ്രീംകോടതി വിധി പുറപ്പെടുവിച്ചു. തുടർന്ന് കേസിൽ പ്രതികളായ ഏഴ് പേരെയും വിട്ടയക്കണമെന്ന ശുപാർശ സർക്കാർ ഗവർണർക്ക് നൽകി.

ഭരണഘടന 161–ാം അനുച്ഛേദം ശിക്ഷ ഇളവിനുള്ള ഗവർണറുടെ അധികാരത്തെക്കുറിച്ച് വ്യക്തമാക്കുന്നു. അതിന്റെ അടിസ്ഥാനത്തിൽ സർക്കാർ ശുപാർശയുടെ അടിസ്ഥാനത്തിൽത്തന്നെ ഗവർണർക്ക് തുടർ നടപടി സ്വീകരിക്കാമായിരുന്നു. എന്നാൽ മുൻ ഗവർണർ ദൻവാരിലാൽ പുരോഹിത്തും നിലവിലത്തെ ഗവർണർ ആർ എൻ രവിയും യാതൊരു നടപടിയും സ്വീകരിച്ചില്ല. സർക്കാർ ശുപാർശ നൽകി രണ്ടുവർഷം കഴിഞ്ഞ് ഈ നീണ്ടകാലത്തെ മൗനത്തിനുശേഷം പ്രസ്തുത വിഷയം ഗവർണർ രാഷ്ട്രപതിക്ക് വിട്ടു. സർക്കാരിന്റെ ശുപാർശ മാനിച്ച് ഗവർണർക്ക് തീരുമാനമെടുക്കാവുന്ന വിഷയത്തിൽനിന്ന് ഗവർണർ പിന്മാറുന്നത് സർക്കാരിനോടുള്ള അവഹേളനമാണ് എന്ന് കോടതി വിലയിരുത്തി. പേരറിവാളനെ സുപ്രീംകോടതി വെറുതെ വിട്ടതിനെ തുടർന്ന് നളിനി, ജയകുമാർ, ആർ രവിചന്ദ്രൻ, റോബർട്ട് പയസ്, സുധേന്ദ്ര രാജ, ശ്രീഹരൻ എന്നിവരും തങ്ങളെയും വിട്ടയക്കണമെന്ന് അപേക്ഷിച്ചു. എന്നാൽ ഇക്കാര്യത്തിൽ യഥാസമയം തീരുമാനമെടുക്കാതെയും ഭരണഘടനബാധ്യത നിറവേറ്റാതിരിക്കുകയുമാണ് ഗവർണർ ചെയ്തതെന്ന് സുപ്രീംകോടതി പറഞ്ഞു. ഇത്രയും കാലതാമസം വന്നതിനാൽ ഭരണഘടനയുടെ 142–ാം അനുച്ഛേദപ്രകാരമുള്ള പ്രത്യേക അധികാരം ഉപയോഗിച്ച് പ്രതികളെ വിട്ടയയ്ക്കാൻ സുപ്രീം കോടതി ഉത്തരവിട്ടു.

നിലവിലെ തമിഴ്നാട് ഗവർണറുടെ ഏകാധിപത്യത്തിനെതിരെ ശക്തമായ പ്രതിഷേധമുയരുകയാണ്. തമിഴ്നാട്ടിലെ ഗവർണറെ തിരിച്ചു വിളിക്കണമെന്ന് ആവശ്യപ്പെട്ട് തമിഴ്നാട്ടിലെ 52 എംപിമാർ ഒപ്പിട്ട് നിവേദനം പ്രസിഡന്റിന് നൽകി. മന്ത്രിസഭയുടെയും മുഖ്യമന്ത്രിയുടെയും ഉപദേശത്തിന് വിധേയമായിട്ടായിരിക്കണം ഗവർണർ പ്രവർത്തിക്കേണ്ടത് എന്നാണ് സങ്കൽപ്പമെങ്കിലും അത് അട്ടിമറിക്കപ്പെടുകയാണ്. ഇക്കാര്യങ്ങൾ നിവേദനത്തിൽ ചൂണ്ടിക്കാട്ടി. ഗവർണർ മന്ത്രിസഭയുടെ മാർഗ്ഗനിർദ്ദേശകനും തത്വജ്ഞാനിയും സുഹൃത്തുമായിരിക്കണം എന്ന ആശയമാണ് ഭരണഘടന നിർമ്മാണസഭ മുന്നോട്ടുവയ്ക്കുന്നത്. നിഷ്പക്ഷനും മാന്യനുമായ വ്യക്തിയായിരിക്കണം ആ ചുമതല വഹിക്കേണ്ടത്. ജനാധിപത്യമാണ് ഭരണഘടനയുടെ ജീവരക്തം. ഇത് പ്രായോഗികമാകുന്നത് തിരഞ്ഞെടുക്കപ്പെട്ട സർക്കാരുകളിലൂടെയാണ്. കൊളോണിയൽ ശക്തികൾക്കെതിരെ നമ്മുടെ സ്വാതന്ത്ര്യ സമരനായകർ പടപൊരുതി നേടിയതാണ് നമ്മുടെ രാജ്യത്തിന്റെ സ്വാതന്ത്ര്യം. ഭരണഘടനയിൽ വിശ്വാസമുള്ള ആളായിരിക്കണം ഗവർണർ. നമ്മുടെ ഭരണഘടനയുടെ ഏറ്റവും പ്രാധാന്യമുള്ള മൂല്യങ്ങളെയാണ് അതിന്റെ ആമുഖത്തിൽ ഉൾക്കൊള്ളിച്ചിട്ടുള്ളത് പരമാധികാര ജനാധിപത്യ മതനിരപേക്ഷസോഷ്യലിസ്റ്റ് റിപ്പ

ബ്ലിക്കാണ്. ഇതിൽ ഏതെങ്കിലുമൊരു മൂല്യത്തെ നിഷേധിക്കാൻ ഗവർണർക്ക് അവകാശമില്ല. സർക്കാരിന്റെ എല്ലാ തീരുമാനങ്ങളും ഗവർണറുടെ പേരിലാണ് നടപ്പിലാക്കുന്നത്. ഗവർണർ യൂണിയൻ സർക്കാരിന്റെ പ്രതിനിധിയാണ്. പ്രസ്തുത സർക്കാരിന്റെ രാഷ്ട്രീയത്തിൽ നിന്ന് വ്യത്യസ്തമായി രാജ്യത്തെ പ്രതിപക്ഷ കക്ഷികൾ ഭരിക്കുന്ന സംസ്ഥാനങ്ങളിൽ ശത്രുതാപരമായാണ് ഗവർണർമാർ പെരുമാറുന്നത്. നിവേദനത്തിൽ ചൂണ്ടിക്കാട്ടി.

ഗവർണർ ഭരണഘടനയെ പ്രതിരോധിച്ചാൽ ജനാധിപത്യത്തിന്റെ അന്ത്യമായിരിക്കും സംഭവിക്കുക. നയപരമായ വിഷയങ്ങളിൽ തിരഞ്ഞെടുക്കപ്പെട്ട സംസ്ഥാന സർക്കാരുകളുമായി ഗവർണർ ഏറ്റുമുട്ടുമെന്നോ സർക്കാർ പാസാക്കുന്ന നിയമങ്ങൾ തടഞ്ഞുവയ്ക്കുമെന്നോ ഭരണഘടനാ ശിൽപ്പികൾ പ്രതീക്ഷിച്ചിട്ടുണ്ടാവില്ല. ഇപ്രകാരമായാൽ അത് ഏകാധിപത്യത്തിന് വഴിതെളിക്കും. ബില്ലുകളുടെമേൽ യാതൊരു നീതീകരണവും ഇല്ലാത്ത തടഞ്ഞുവയ്ക്കലാണ് തമിഴ്നാട്ടിൽ നടന്നത്. ഇത് സംസ്ഥാനത്തിന്റെ ഭരണനിർവഹണത്തെ ബാധിച്ചിരിക്കുന്നു. ക്യാബിനറ്റ് തീരുമാനത്തിന്റെ അപ്പീൽ അധികാരിയല്ല ഗവർണർ. ഇങ്ങനെ ഗവർണർക്കെതിരായ ശക്തമായ വിമർശനമാണ് നിവേദനത്തിലുള്ളത്.

തമിഴ്നാട് ഫിഷറീസ് യൂണിവേഴ്സിറ്റി ഭേദഗതി ബിൽ, തമിഴ്നാട് വെറ്റിനറി ആൻഡ് അനിമൽ സയൻസ് യൂണിവേഴ്സിറ്റി ബിൽ, തമിഴ്നാട് കോഓപ്പറേറ്റീവ് സൊസൈറ്റി ബിൽ, തമിഴ്നാട് സർവകലാശാല ഭേദഗതിബിൽ തുടങ്ങി ഇരുപതോളം ബില്ലുകളാണ് തമിഴ്നാട് ഗവർണർ തടഞ്ഞുവച്ചത്. ഫെഡറലിസത്തിന് തീരെ യോജിക്കാത്ത പ്രവണതയാണ് ഗവർണറുടെ ഭാഗത്തുനിന്നുണ്ടായത് നിവേദനത്തിൽ വിശദീകരിച്ചു. സംസ്ഥാന സർവ്വകലാശാല (State Universities) കളുടെ നിയന്ത്രണ കാര്യങ്ങളിൽ ചാൻസലറായ ഗവർണർ അനാവശ്യമായി ഇടപെടുന്ന സ്ഥിതിയുണ്ട്. ഇത്തരം ഏറ്റുമുട്ടൽ ഒഴിവാക്കാനായിരിക്കണം എം എം പുഞ്ചി കമ്മിഷൻ ഈ ദിശയിലുള്ള, സുപ്രധാന നിർദ്ദേശങ്ങൾ സമർപ്പിച്ചത്. ഗവർണർ പദവിയിലുള്ള ആൾ ചാൻസലറായി പ്രവർത്തിക്കേണ്ടതില്ല എന്നതാണ് കമ്മിഷന്റെ ശുപാർശ. 2013 ൽ കേരളത്തിലെ ഉമ്മൻ ചാണ്ടി സർക്കാർ ഈ നിർദ്ദേശം അംഗീകരിച്ചു.

സംസ്ഥാനങ്ങളുടെ ഭരണഘടനാത്തലവൻ ഗവർണറാണ്. എന്നാൽ സർവ്വകലാശാലകളുടെ പരമോന്നത സ്ഥാനമായ ചാൻസലർ പദവിയിലേക്ക് ഗവർണറെ നിയോഗിക്കുന്നത് ഭരണഘടനാവ്യവസ്ഥ പ്രകാരമല്ല. സംസ്ഥാന നിയമസഭ പാസാക്കുന്ന ആക്ടാണ് അതിന് ആധാരം. രാജസ്ഥാൻ, തമിഴ്നാട്, തെലുങ്കാന, ഛത്തീസ്ഗഢ്, മഹാരാഷ്ട്ര എന്നീ സംസ്ഥാനങ്ങളും കേരളവും സർവകലാശാല നിയമങ്ങൾ ഭേദഗതി ചെയ്യാൻ തീരുമാനിച്ചു. ഓരോ സർവകലാശാലയും ഒരു പ്രഗത്ഭനായ വ്യക്തിയെ ചാൻസലറായി നിയമിക്കണമെന്ന വ്യവസ്ഥയാണ് കേരളം മുന്നോട്ടുവച്ചത്. ഇന്ത്യയിലെ നാന്നൂറ്റമ്പതോളം സർവ്വകലാശാലകളിലെ

ചാൻസലർ നിലവിൽ ഗവർണറാണ്. അമ്പതോളം സർവ്വകലാശാലകളുടേത് പ്രസിഡന്റും. അലിഗഢ് സർവ്വകലാശാല, നാഷണൽ ലോ യൂണിവേഴ്സിറ്റി, ഇഫ്ലു, രാജീവ്ഗാന്ധി യൂണിവേഴ്സിറ്റി തുടങ്ങിയ സർവ്വകലാശാലകളിലാണ് ഗവർണർ ചാൻസലറായി പ്രവർത്തിക്കുന്നത്.

അന്തരിച്ച ശ്രീമതി ജയലളിത തമിഴ്നാട് മുഖ്യമന്ത്രിയായിരുന്ന കാലത്ത് തമിഴ്നാട് മ്യൂസിക് ആൻഡ് ഫൈൻ ആർട്സ് സർവ്വകലാശാലയുടെ ചാൻസലർ പദവിയിൽ മുഖ്യമന്ത്രിയെ നിയമിക്കുന്ന നിയമം പാസാക്കി. പശ്ചിമബംഗാളിലെ സർവ്വകലാശാലകളുടെ ചാൻസലർ മുഖ്യമന്ത്രിയായിരിക്കുമെന്ന് സംസ്ഥാന സർക്കാർ ബിൽ പാസാക്കി. 17 സർവ്വകലാശാലകളിൽ ആണ് ഈ തീരുമാനം നടപ്പിലാക്കുക. വൈസ് ചാൻസലർ നിയമനത്തിൽ സംസ്ഥാന സർക്കാരിന്റെ അഭിപ്രായം പരിഗണിക്കാതെയും ഗവർണർ സ്വീകരിക്കുന്ന ഏകാധിപത്യ നിലപാടുമാണ് ഈ തീരുമാനത്തിലേക്ക് നയിച്ചത്. സർക്കാരിനെ അറിയിക്കാതെ ഗവർണർ വിസിമാരുടെ യോഗത്തിൽ നിന്ന് വിട്ടു നിന്നു. ചാൻസലറും സർക്കാരും തമ്മിലുള്ള ബന്ധത്തെ അത് ബാധിച്ചു. രാജസ്ഥാനിൽ ഗവർണറുമായുണ്ടായ തർക്കത്തെത്തുടർന്നാണ് ജയ്നാരായണൻ യൂണിവേഴ്സിറ്റി മുൻ വൈസ് ചാൻസലറായ സി പി ത്രിവേദിയുടെ നേതൃത്വത്തിൽ ഒരു കമ്മിറ്റിയെ സർക്കാർ നിയോഗിച്ചത്. ചാൻസലർ പദവിയിൽ മുഖ്യമന്ത്രിയാണ് വരേണ്ടത് എന്ന ശുപാർശയാണ് കമ്മിറ്റി നൽകിയത്. മഹാരാഷ്ട്രയിൽ മുൻ യു ജി സി ചെയർമാൻ സുഖ്ദേവ് തൊറാട്ട് അദ്ധ്യക്ഷനായ കമ്മിറ്റി നൽകിയ ശുപാർശപ്രകാരം വൈസ് ചാൻസലർ നിയമനത്തിൽ ഗവർണർക്കുണ്ടായിരുന്ന അമിതാധികാരം എടുത്തുകളഞ്ഞു.

വൈസ് ചാൻസലർ നിയമനത്തിനായുള്ള സെർച്ച് കമ്മിറ്റി സംബന്ധിച്ച ബില്ലും സർവ്വകലാശാലകളുടെ ചാൻസലറായി ഗവർണർക്കു പകരം മറ്റൊരു പ്രതിഭാശാലിയായ വ്യക്തിയെ നിയമിക്കുന്ന ബില്ലുമാണ് കേരള നിയമസഭ പാസാക്കിയത്. ഇവയിലൊന്നും ഗവർണർ ഒപ്പുവച്ചില്ല. രാജസ്ഥാൻ, ഛത്തീസ്ഗഢ്, തെലുങ്കാന, തമിഴ്നാട്, പശ്ചിമബംഗാൾ, ഗുജറാത്ത്, മഹാരാഷ്ട്ര എന്നീ സംസ്ഥാനങ്ങൾ ഈ വിഷയത്തിൽ നേരത്തേ സമാന തീരുമാനമെടുത്തിട്ടുണ്ട്. തമിഴ്നാട് മെഡിക്കൽ സർവകലാശാല ബില്ലിലും ചാൻസലറായി മുഖ്യമന്ത്രി പ്രവർത്തിക്കുമെന്ന് വ്യവസ്ഥ ചെയ്തിട്ടുണ്ട്. മഹാരാഷ്ട്രയിൽ ഇപ്പോഴത്തെ സർക്കാരിന് തൊട്ടുമുമ്പ് അധികാരത്തിൽ ഉണ്ടായിരുന്ന കോൺഗ്രസ് ശിവസേന എൻ സി പി മുന്നണിയുടെ കാലത്ത് മഹാരാഷ്ട്ര പബ്ലിക് യൂണിവേഴ്സിറ്റി ആക്ടിലും മാറ്റം വരുത്തി. ബീഹാറിൽ 2013 ൽ ദേവാനന്ദ് കോൺവാൾ ഗവർണറായിരിക്കെ 10 വിസി 8 പ്രൊ വിസി നിയമനങ്ങൾ സുപ്രീംകോടതി റദ്ദാക്കി. സംസ്ഥാനവുമായി ചർച്ച ചെയ്തുവേണം നിയമനങ്ങൾ എന്ന വ്യവസ്ഥയെ ഗവർണർ ലംഘിച്ചതാണ് പ്രശ്ന കാരണം.

സർവ്വകലാശാല ചാൻസലർ പദവിയെ സംബന്ധിച്ച് എം എം പുഞ്ചി കമ്മിറ്റി വിലയിരുത്തുന്നു.

The use of discretion by Governor, in nominating members of a University Council or University functionary, in his capacity as Chancellor of a University in the State, has also come in for criticism. In several State Universities, the concerned legislations specifically provide that the Governor by virtue of his office shall be Chancellor or head of the University and by these legislations certain powers have been conferred on the Chancellor. Governors have exercised their powers as Chancellor under the statute and not as Governor. Actions of the Governors have again been questioned on the premise that they have to abide by the advice of the Council of Ministers even in such cases.

Perceptions of Governors of their own role have varied. In one case a Governor wrote that "a Governor's first duty is to know that he is the representative of the Centre. The Governor's second duty is to look after the interests of the State to which he is assigned". Some Governors could not resist the temptation to take active part in politics, e.g. in the election of the Leader of the ruling party in the Union: influencing voters to return to power the person holding the office of the Prime Minister: and in the distribution of party tickets for Lok Sabha elections. In some cases, even where they were expected to abide by the advice of the Council of Ministers, either the approvals were delayed or not given.

2007 ൽ ഡോ. മൻമോഹൻസിംഗ് സർക്കാരാണ് പുഞ്ചി കമ്മിറ്റിയെ നിയോഗിച്ചത്. ഗവർണറുടെ ഓഫീസിനെ വിവാദങ്ങളിലേക്ക് വലിച്ചിഴയ്ക്കാൻ ഇടയുള്ളതുകൊണ്ട് ഗവർണർക്ക് സ്റ്റാറ്റ്യൂട്ടറി പദവി നൽകുന്നത് ഒഴിവാക്കണം എന്നാണ് ശുപാർശയിൽ പ്രധാനം. ചാൻസലർ പദവിയിൽ നിന്ന് ഗവർണർമാർ ഒഴിഞ്ഞുനിൽക്കണമെന്നും സുചിപ്പിച്ചു. 2015 ൽ യുഡിഎഫ് സർക്കാർ പുഞ്ചി കമ്മിഷൻ ശുപാർശയെ അംഗീകരിച്ചു. ഈ ദിശയിൽ സംസ്ഥാന ചീഫ് സെക്രട്ടറി കേന്ദ്ര സർക്കാരിന് കത്ത് നൽകി, 2013 ൽ ഗുജറാത്തിൽ ഈ കമ്മിഷൻ റിപ്പോർട്ടിനെ അടിസ്ഥാനപ്പെടുത്തിയാണ് ഗുജറാത്ത് സർവ്വകലാശാല ലോ ഭേദഗതി ബിൽ പാസാക്കിയത്. വി സി നിയമനങ്ങളിൽ ചാൻസലർക്കുള്ള അധികാരം വെട്ടിക്കുറയ്ക്കുന്ന ബില്ലായിരുന്നു അത്.

കേരളത്തിലെ ഗവർണർ ആരിഫ് മുഹമ്മദ് ഖാൻ സംസ്ഥാനസർക്കാരുമായി നേരിട്ട് ഏറ്റുമുട്ടലിനാണ് ശ്രമിച്ചത്. കണ്ണൂർ സർവ്വകലാശാല വി സി പ്രൊഫ. ഗോപിനാഥ് രവീന്ദ്രനെ പരസ്യമായി അവഹേളിച്ചതും കേരള വൈസ് ചാൻസലർ വി പി മഹാദേവൻപിള്ളയെ പരിഹസിച്ചതും കേരള സർവ്വകലാശാലയിലെ 15 അംഗങ്ങളെ സെനറ്റിൽ നിന്ന് പുറത്താക്കിയതും കേരള സാങ്കേതിക സർവ്വകലാശാലയുമായി ബന്ധപ്പെട്ട സു

പ്രീംകോടതി വിധിയുടെ മറവിൽ മുഴുവൻ വി സി മാരെ പുറത്താക്കാൻ ശ്രമിച്ചതും സംസ്ഥാന ധനകാര്യ മന്ത്രിയെ തൽസ്ഥാനത്തുനിന്ന് പുറത്താക്കുമെന്ന് ഭീഷണിപ്പെടുത്തിയതും എടുത്തുപറയേണ്ടതാണ്. ലോകായുക്ത ഭേദഗതിബിൽ, സർവ്വകലാശാല വിസി നിയമനത്തിന്റെ സെർച്ച് കമ്മിറ്റി സംബന്ധിച്ച ഭേദഗതിബിൽ, ചാൻസലർ സ്ഥാനത്തേക്ക് പ്രമുഖരെ നിയോഗിക്കുന്ന ഭേദഗതി എന്നിവ നിയമസഭ പാസാക്കിയിട്ടും ഗവർണർ തീരുമാനമെടുത്തില്ല. ഇത് ജനാധിപത്യ സർക്കാരിന്റെ അധികാരത്തെ ചോദ്യം ചെയ്യുന്നതാണ്.

മുമ്പും പല ഗവർണർമാരും സംസ്ഥാന സർക്കാരുമായി അഭിപ്രായ വ്യത്യാസമുണ്ടായിട്ടുണ്ടെങ്കിലും ഇപ്പോഴത്തെ സ്ഥിതി ഗൗരവമുള്ളതാണ്. ഇ കെ നായനാർ മുഖ്യമന്ത്രിയായിരിക്കെ രാംദുലാരി സിൻഹ കേരള ഗവർണറായിരുന്നപ്പോൾ തർക്കങ്ങൾ ഉടലെടുത്തിരുന്നു. കേരള, കാലിക്കറ്റ് സർവ്വകലാശാല സെനറ്റിലേക്കുള്ള നിയമനങ്ങൾക്കായുള്ള സർക്കാർ നിർദ്ദേശം തള്ളിയ ഗവർണർ സ്വമേധയാ ചിലരെ നിർദ്ദേശിക്കുകയും ചെയ്തു. ഗവർണറുടെ ചെയ്തികൾക്കെതിരെ നിയമസഭ ശാസനാപ്രമേയം പാസാക്കി.

ഇപ്പോൾ കേരളത്തിലെ ഇടതുപക്ഷ സർക്കാരിനെതിരെ ഉത്തരവാദിത്തമില്ലാത്ത പ്രസ്താവനകളാണ് ഗവർണർ പുറപ്പെടുവിക്കുന്നത്. കമ്യൂണിസ്റ്റ് പാർട്ടികൾ അക്രമകാരികളാണെന്നും വിദേശ ആശയങ്ങൾ ഇറക്കുമതി ചെയ്യുന്നവരാണെന്നും അദ്ദേഹം ആക്ഷേപിക്കുന്നു. യാതൊരു തെളിവുമില്ലാതെ, സംസ്ഥാന മുഖ്യന്ത്രിയുടെ ഓഫീസ് സ്വർണ്ണക്കടത്തുകാരുടെ കേന്ദ്രമാണെന്ന് ഗവർണർ പ്രഖ്യാപിക്കുന്നു. രാജ്ഭവനിലെ ചില താൽക്കാലിക നിയമനങ്ങൾ സ്ഥിരപ്പെടുത്തണമെന്നാവശ്യപ്പെട്ട് സർക്കാരിന് കത്തെഴുതുന്നു. വൈസ് ചാൻസലർമാരെ പുറത്താക്കുമെന്ന് ഗവർണർ പ്രഖ്യാപിക്കുന്നു. മുൻകൂർ നോട്ടീസ് പോലും നൽകാതെ വിസിമാരോട് രാജിവയ്ക്കാൻ ആവശ്യപ്പെടുന്നു. ധനമന്ത്രിയുടെമേൽ തന്റെ 'പ്രീതി' നഷ്ടപ്പെട്ടുവെന്നും അതിനാൽ അദ്ദേഹത്തെ പുറത്താക്കുമെന്നും വെല്ലുവിളിച്ചു. യഥാർത്ഥത്തിൽ ഗവർണറുടെ 'പ്രീതി' പിൻവലിക്കൽ എന്നത് വ്യക്തിപരമല്ല എന്ന് നിരവധി കോടതി വിധികൾ വിശദമാക്കിയിട്ടുണ്ട്. മന്ത്രിമാരോട് ഗവർണർക്കുള്ള പ്രീതി നഷ്ടപ്പെടുന്നത് സഭയിൽ അവർക്കുള്ള ഭൂരിപക്ഷം ഇല്ലാതാവുമ്പോഴാണ്. വ്യക്തിപരമായ പ്രീതി എന്നൊന്നില്ല. ഡി പി സിൻഹാൾ VS യൂണിയൻ ഓഫ് ഇന്ത്യ എന്ന കേസിൽ 'പ്രീതി' പിൻവലിക്കലിന്റെ നിയമസാധുത സുപ്രീംകോടതി പരിശോധിച്ചു. ദുരുദ്ദേശ്യപരമോ വിചിത്രമോ, അപ്രസക്തമോ, തോന്നുന്നതു പോലെയോ ഉള്ള കാരണങ്ങളാൽ പ്രീതി പിൻവലിക്കുകയാണെങ്കിൽ കോടതിക്ക് ഇടപെടാം എന്ന് അസന്നിദ്ധമായി പറഞ്ഞിട്ടുമുണ്ട്.

സർവ്വകലാശാലകളിലേക്ക്

കേരള ടെക്നോളജിക്കൽ യൂണിവേഴ്സിറ്റി വി സി യെ തൽസ്ഥാനത്തുനിന്ന് ഒഴിവാക്കാൻ സുപ്രീം കോടതി വിധിച്ചു. അതിന്റെ ചുവടുപിടിച്ച് കേരളത്തിലെ മുഴുവൻ വി സി മാരെയും പുറത്താക്കാൻ ചാൻസലർ ശ്രമിച്ചു. സർവ്വകലാശാല ചാൻസലർ പദവിയിലുള്ള ഗവർണർക്ക് വൈസ് ചാൻസലറെ പുറത്താക്കണമെങ്കിൽ കൃത്യമായ നടപടിക്രമമുണ്ട്. കേരള സർവ്വകലാശാല നിയമത്തിൽ പറയുന്നത് സാമ്പത്തിക ക്രമക്കേട്, ദുഷ്പെരുമാറ്റം തുടങ്ങിയ കാരണങ്ങൾ ആരോപിച്ചാൽ മാത്രമേ അതിന് സാധിക്കൂ എന്നാണ്. പ്രസ്തുത ആരോപണം ഹൈക്കോടതിയിലെയോ സുപ്രീംകോടതിയിലെയോ ഒരു ജഡ്ജിയെക്കൊണ്ട് അന്വേഷണം നടത്തിവേണം പുറത്താക്കൽ നടപടി സ്വീകരിക്കേണ്ടത്. വൈസ് ചാൻസലർ നിയമനത്തിന് മുൻകാലങ്ങളിൽ യു ജി സി പ്രത്യേക യോഗ്യത പരാമർശിച്ചിരുന്നില്ല. 2010 ലെ യു ജി സി റഗുലേഷനിലാണ് യോഗ്യതാ മാനദണ്ഡം വിശദീകരിക്കുന്നത്. വി സിയെ തെരഞ്ഞെടുക്കാനുള്ള സെർച്ച് കമ്മിറ്റിയിൽ ചാൻസലറുടെ പ്രതിനിധി, യുജിസി ചെയർമാന്റെ പ്രതിനിധി, സർവ്വകലാശാലയുടെ പ്രതിനിധി എന്നിങ്ങനെയാണ് കീഴ്വഴക്കം. 2013 ലെ യു ജി സി റെഗുലേഷൻ ഭേദഗതി 7.3.0 വകുപ്പിൽ ബന്ധപ്പെട്ട സർവ്വകലാശാലയുടെ നിയമപ്രകാരമോ ചട്ടപ്രകാരമോ സെർച്ച് കമ്മിറ്റി രൂപീകരിക്കാം എന്ന് വ്യക്തമാക്കി. എന്നാൽ ടെക്നോളജിക്കൽ യൂണിവേഴ്സിറ്റി വി സി നിയമനത്തിൽ പാലിച്ചത് 2015 ലെ കെ ടി യു ആക്ടാണ്. അതിൽ കൃത്യമായി ഇത് വിശദീകരിക്കുന്നുണ്ട്. മൂന്നംഗ സെർച്ച് കമ്മിറ്റിയുടെ ശുപാർശയിൻമേലാണ് ഗവർണർ നിയമനം നടത്തിയത്. ഈ നിയമനം സുപ്രീംകോടതി പരിഗണിച്ചപ്പോൾ 2013 ലെ ഭേദഗതിയെ കണ്ടില്ല. മാത്രമല്ല കെ ടി യുവിന് മാത്രമുള്ള സുപ്രീം കോടതി വിധിയിൽ ഇന്ത്യയിലെ എല്ലാ സർവകലാശാലകൾക്കും ഇത് ബാധകമാകണമെന്നോ ഇന്ത്യയിലെ ബഹുഭൂരിപക്ഷം സംസ്ഥാനങ്ങളും നടത്തിയ സംസ്ഥാന നിയമ പ്രകാരമുള്ള വിസി നിയമനം അസാധുവാണെന്നോ പറഞ്ഞില്ല. എന്നാൽ വിധിയുടെ മറവിൽ കേരളത്തിലെ 11 വി സി മാരും രാജിവെക്കണമെന്ന ആവശ്യമാണ് കേരള ഗവർണർ മുന്നോട്ടുവച്ചത്.

ഉന്നത വിദ്യാഭ്യാസവുമായി ബന്ധപ്പെട്ട യു ജി സി നിയമം പാർലമെന്റ് പാസാക്കിയതാണ്. എന്നാൽ വിദ്യാഭ്യാസം കൺകറന്റ് ലിസ്റ്റിൽ ഉൾപ്പെട്ടതിനാൽ സംസ്ഥാന നിയമസഭകൾ പാസാക്കുന്ന നിയമങ്ങളും സാധുവാണ്. സംസ്ഥാന സർവകലാശാലകളുടെ ആക്ട് നിയമസഭയാണ് നിർമ്മിക്കുന്നത്. കേന്ദ്ര സർവ്വകലാശാലകളുടേത് പാർലമെന്റും. കേരളത്തിൽ വൈസ് ചാൻസലർ നിയമനവുമായി ബന്ധപ്പെട്ട നടപടികൾ സംസ്ഥാന ആക്ട് പ്രകാരമാണ് നടന്നുവരുന്നത്. 2010 യുജിസി റെഗുലേഷൻ ആണ് വിസിമാരുടെ നിയമന കാര്യം വ്യവസ്ഥ ചെയ്യുന്നത്. 2013 ലെ റെഗുലേഷൻ ഭേദഗതിയിൽ സംസ്ഥാന നിയമങ്ങൾ പരിഗണി

ക്കാവുന്നതാണ് എന്ന കാര്യം ചൂണ്ടിക്കാട്ടുന്നു. 2015 ലെ കല്യാണി മാധവൻ vs സ്റ്റേറ്റ് ഓഫ് തമിഴ്നാട് കേസിൽ യു ജി സി റെഗുലേഷനുമേൽ സംസ്ഥാന നിയമം നിലനിൽക്കും എന്ന് സുപ്രീംകോടതി വ്യക്തമാക്കി. യുജിസി വ്യവസ്ഥ നിർബന്ധമല്ല എന്നും അത് മാർഗ്ഗനിർദ്ദേശം മാത്രമാണെന്നും കോടതി വിലയിരുത്തി. എന്നാൽ 2022 ൽ സർദാർ വല്ലഭായ് പട്ടേൽ സർവ്വകലാശാല കേസിലും കെ ടി യു കേസിലും യു ജി സി റെഗുലേഷൻ സംസ്ഥാന നിയമത്തിന് മുകളിലാണെന്ന് സുപ്രീം കോടതി പറഞ്ഞു. യു ജി സി റെഗുലേഷൻ തയ്യാറാക്കുന്നത് പാർലമെന്റല്ല. അത് സബോർഡിനേറ്റ് ലജിസ്ലേഷൻ ആണ് നിർമ്മിതവും സ്ഥായിയായ സ്വഭാവം ഇല്ലാത്തതാണ്. നിയമനിർമാണത്തിന് ഭരണഘടനാപരമായ അവകാശമുള്ള നിയമസഭ പാസാക്കുന്ന നിയമമാണോ കേവലം റെഗുലേഷൻ ആണോ പ്രാമുഖ്യം എന്ന വിഷയത്തിന് കൃത്യമായി മറുപടി ലഭിക്കേണ്ടതുണ്ട്.

ഉപസംഹാരം

ബ്രിട്ടീഷ് പ്രവിശ്യകളും നാട്ടുരാജ്യങ്ങളും സംയോജിപ്പിച്ച് ഇന്ത്യൻ യൂണിയൻ രൂപീകരിക്കുമ്പോൾ സംസ്ഥാനങ്ങളുടെ പദവിയെപ്പറ്റി രാഷ്ട്രശില്പികൾക്ക് കൃത്യമായ കാഴ്ചപ്പാടുണ്ടായിരുന്നു. 1950 ൽ ഭരണഘടന നിലവിൽ വന്നപ്പോഴും പിന്നീട് ഭാഷാ സംസ്ഥാനങ്ങൾ രൂപം കൊണ്ടപ്പോഴും ഈ കാഴ്ചപ്പാട് അരക്കിട്ടുറപ്പിക്കുകയായിരുന്നു. എന്നാൽ ഇന്ന് സംസ്ഥാനങ്ങളെ ദുർബലമാക്കുകയും കേന്ദ്ര സർക്കാരിന്റെ അധികാരങ്ങൾക്ക് അമിത പ്രാധാന്യം ലഭിക്കുകയും ചെയ്യുന്ന സ്ഥിതിയിലേക്ക് കാര്യങ്ങൾ മാറി. ഇത് ഇന്ത്യ എന്ന ആശയത്തിന്റെ പടിപടിയായുള്ള തകർച്ചയിലേക്ക് വഴിതെളിക്കും.

ലക്ഷദ്വീപ് ജനതയെ അപരവൽക്കരിക്കുമ്പോൾ

അഭയാർത്ഥികളുടെ ആകുലതയും നിരപരാധികളുടെ നിലവിളിയും നിറഞ്ഞതാണ് ശ്രീലങ്കയുടെ ഭൂപടം. പതിറ്റാണ്ടുകളായി തമിഴർ നേരിട്ട അവഗണനയും അന്യവത്കരണവും വിവരണാതീതമാണ്. മലയാളത്തിൽ ഏറെ ചർച്ചചെയ്യപ്പെട്ട *സുഗന്ധി എന്ന ആണ്ടാൾ ദേവനായകി*യുടെ പ്രമേയം സാംസ്കാരിക അധിനിവേശം തന്നെയാണ്. ടി ഡി രാമകൃഷ്ണന്റെ അസാമാന്യ ആഖ്യാന വൈഭവവും നിർമ്മിത ചരിത്രരചനാരീതിയും ഉള്ളടക്കം ചെയ്യപ്പെട്ട നോവൽ. കരിനിയമങ്ങൾ ചുമത്തിയും രാജ്യദ്രോഹി/രാജ്യസ്നേഹി ദ്വന്ദ്വം സൃഷ്ടിച്ചും പൗരന്മാരെ സംശയത്തിന്റെ മുനയിൽ നിർത്തിയ പഴയ കാലം. തങ്ങളുടെ പൂർവികരുടെ കണ്ണീരും വിയർപ്പും നൽകി പടുത്തുയർത്തിയ ഒരു നാട്ടിൽ നിന്ന് കുടിയിറക്കപ്പെട്ട തമിഴ് ജനതയുടെ ദൈന്യത. ഭീകരവാദിയെന്ന് മുദ്രകുത്തി കുട്ടികളെയും വയോധികരെയും അഭ്യസ്തവിദ്യരെയും സ്ത്രീകളെയും പീഡിപ്പിച്ച നാളുകൾ. തടങ്കൽ പാളയങ്ങളിൽ അരങ്ങേറിയത് കൊടും ക്രൂരതയായിരുന്നു. നിരപരാധികൾക്കുവേണ്ടി ശബ്ദിച്ച സിംഹള, തമിഴ് വിഭാഗങ്ങളിലെ മനുഷ്യാവകാശ പ്രവർത്തകരും ഭരണകൂട ഭീകരതയുടെ ഇരകളായി. അറബിക്കടലിൽ സ്ഥിതിചെയ്യുന്ന ലക്ഷദ്വീപിനെക്കുറിച്ചുള്ള വാർത്തകളാണ് 'സുഗന്ധി'-യെ വീണ്ടും ഓർമിപ്പിച്ചത്. ഇന്ത്യൻ യൂണിയന്റെ ഭാഗമായ കേന്ദ്ര ഭരണ പ്രദേശമാണ് ലക്ഷദ്വീപ്. ജനസംഖ്യയിൽ ഭൂരിപക്ഷവും ഇസ്ലാംമത വിശ്വാസികളാണ്. വ്യത്യസ്തമായ ആചാരാനുഷ്ഠാനങ്ങൾ, വിശ്വാസരീതികൾ എന്നിവ തുടർന്നുവരുന്ന പ്രദേശമാണ്. ലക്ഷദ്വീപ് മുഴുവനായും ഒരു ജില്ലയാണ്. ജില്ലാ പഞ്ചായത്തും ദ്വീപു പഞ്ചായത്തുകളുമുണ്ട്. കപ്പൽ, വിമാന സർവീസുകളാണ് ലക്ഷദ്വീപിലേക്കുള്ള ഗതാഗതത്തിന് ആശ്രയിക്കുന്നത്.

കേന്ദ്രഭരണ പ്രദേശമായ ലക്ഷദ്വീപിൽ തീർത്തും ജനാധിപത്യവിരുദ്ധമായ നടപടികളാണ് കേന്ദ്രസർക്കാർ സ്വീകരിക്കുന്നത്. അതിന്റെ ഏറ്റവും ഒടുവിലത്തെ ഉദാഹരണമാണ് ലക്ഷദ്വീപ് എം പിയെ (മുഹമ്മദ് ഫൈസൽ) തൽസ്ഥാനത്തുനിന്ന് പുറത്താക്കാൻ ലക്ഷദ്വീപ് അഡ്മിനിസ്ട്രേഷൻ നടത്തിയ നിഗൂഢപദ്ധതിയും കോടതിവിധി വന്നതിന്റെ 5-ാം ദിവസം പുതിയ തിരഞ്ഞെടുപ്പ് പ്രഖ്യാപിച്ച കേന്ദ്ര ഇലക്ഷൻ കമ്മീഷന്റെ നിലപാടും. ദ്വീപിലെ ജനത മോദി സർക്കാരിനെതിരെ വലിയ പ്രക്ഷോഭം നടത്തുമ്പോഴാണ് ഈ സംഭവങ്ങൾ അരങ്ങേറുന്നത്. 2009 ലെ ലോക്സഭാ തിരഞ്ഞെടുപ്പ് കാലത്തുണ്ടായ സംഘർഷത്തിന്റെ പശ്ചാത്തലത്തിലാണ് വിചാരണക്കോടതി മുഹമ്മദ് ഫൈസലിന് തടവുശിക്ഷ വിധിച്ചത്. ആറു മാസത്തിനകം ഉപതിരഞ്ഞെടുപ്പ് നടത്തിയാൽ മതിയെന്നാണ് നിയമം. എന്നാൽ മുഹമ്മദ് ഫൈസലിന്റെ അപ്പീൽ ഹൈക്കോടതി പരിഗണിക്കുകയും ധൃതിപിടിച്ച് ഇലക്ഷൻ പ്രഖ്യാപിക്കുകയുമായിരുന്നു. ഒടുവിൽ വിചാരണക്കോടതി വിധി ഹൈക്കോടതി സ്റ്റേ ചെയ്യുകയും തിരഞ്ഞെടുപ്പ് വിജ്ഞാപനം റദ്ദാക്കുകയും ചെയ്തു.

ലക്ഷദ്വീപ് ജീവിതവും സംസ്കാരവും

2011 ലെ സെൻസസ് പ്രകാരം 64473 ആണ് ദ്വീപിലെ ജനസംഖ്യ. പ്രധാന ഭാഷ മലയാളമാണ്. ജസ്രി, ദിവേഹി എന്നീ ഭാഷകളും പ്രചാരത്തിലുണ്ട്. പവിഴപ്പുറ്റുകളുടെ (പവിഴ ജീവികൾ)കലവറയാണ് ദ്വീപസമൂഹം. ആകെ 36 ദ്വീപുകളിൽ 11 ദ്വീപുകളിലാണ് ജനവാസമുള്ളത്. പ്രകൃതി വൈവിധ്യം, ഗോത്ര പാരമ്പര്യം, സമുദ്രസമ്പത്ത് എന്നിവയുടെ അടിസ്ഥാനത്തിൽ ഏറെ സവിശേഷത കൽപ്പിക്കപ്പെട്ടിരിക്കുന്ന നാടാണ്. കവരത്തിയാണ് തലസ്ഥാനം. കേരള തീരത്തുനിന്ന് 340 മുതൽ 400 കിലോമീറ്റർ അകലത്തിലാണ് സ്ഥാനം. ആകെ ഭൂവിസ്ത്യതി 32.ച.കി ആണ്. അഗത്തി, ആന്ത്രോത്ത്, ബത്ര, അമിനി, ചെത്ത്ലത്ത്, കടമത്ത്, കൽപ്പേനി, കിൽത്തൻ, കവരത്തി, മിനിക്കോയ് എന്നിവയാണ് ജനവാസമുള്ള ദ്വീപുകൾ. ഇതിൽ ബംഗാരം വിനോദസഞ്ചാരത്തിന് മാത്രമായുള്ള പ്രദേശമാണ്. പവിഴപ്പുറ്റുകളുടെ സാന്നിധ്യമാണ് ലക്ഷദ്വീപിനെ ആകർഷകമാക്കുന്നത്. പ്രകൃതിയുടെ വരദാനമാണ് പവിഴപ്പുറ്റുകൾ. ദീർഘകാലമായി നിക്ഷേപിക്കപ്പെടുന്ന ജീവനുള്ളതും ജീവനില്ലാത്തതുമായ പവിഴജീവികളുടെ കൂട്ടങ്ങൾ ചൂടേറ്റ് ഉറഞ്ഞുവരുന്നു. ചൂടുള്ള സമുദ്രജലത്തിൽ വളരുന്ന നട്ടെല്ലില്ലാത്ത ജീവികളാണ്. അവയ്ക്ക് കട്ടിയുള്ള ബാഹ്യഭാഗമുണ്ട്. അവ അടിഞ്ഞുകൂടിയാണ് പവിഴപ്പുറ്റുകൾ ഉണ്ടാകുന്നത്.

ലക്ഷദ്വീപ് തീരത്തുനിന്ന് ഒരു കിലോമീറ്ററിനുള്ളിൽ തന്നെ ആഴക്കടൽ ആരംഭിക്കുന്നു. വൈവിധ്യപൂർണ്ണമാണ് ലക്ഷദ്വീപ് ആവാസവ്യവസ്ഥ. ലോകത്ത് വിവിധ പ്രദേശങ്ങളിൽ കാലാവസ്ഥ വ്യതിയാനം, മനുഷ്യരുടെ അമിതമായ ഇടപെടൽ എന്നിവ പവിഴപ്പുറ്റുകളെ ബാധിക്കുന്നു. ടൂറിസത്തിന്റെ മറവിൽ നടത്തുന്ന അമിതമായ മനുഷ്യ ഇടപെടൽ അതിന്

കാരണമാണ്. പരിസ്ഥിതിലോല പ്രദേശമാണ് ലക്ഷദ്വീപ്. വ്യത്യസ്ഥ ഇനം സസ്യങ്ങൾ ഇവിടെ വളരുന്നു. നൂറിലധികം ഇനങ്ങളിലായി മത്സ്യങ്ങളും ആമ, തിമിംഗലം, നീരാളി എന്നിവയുമുണ്ട്. ഏതാണ്ട് അമ്പതിലധികം ഇനങ്ങളിലായി പക്ഷികളുമുണ്ട്. ദ്വീപിൽ കരഭാഗത്തോട് ചേർന്ന് ആഴം കുറഞ്ഞ ജലാശയം കാണാം. ഇത് ലഗൂൺ എന്നറിയപ്പെടുന്നു. പുരാതനകാലം മുതൽ നാവികർ ഈ ദ്വീപിൽ എത്തിയിരുന്നു. സൈനികരുടെ ഇടത്താവളമായിരുന്നതായും പറയപ്പെടുന്നു. പല്ലവരാജ്യം, കോലത്തിരിമാർ, പോർച്ചുഗീസുകാർ, ആലിരാജാക്കൻമാർ, ടിപ്പുസുൽത്താൻ, ഈസ്റ്റ് ഇന്ത്യാ കമ്പനി എന്നിവരുടെ അധീശത്വത്തിന് കീഴിലായിരുന്നു വിവിധ ദ്വീപുകൾ. മലബാർ ജില്ലയുടെ ഭാഗമായും ബ്രിട്ടീഷ് സാമ്രാജ്യത്തിനു കീഴിലും വികാസം പ്രാപിച്ചു വന്നു. ബ്രിട്ടീഷ് ഭരണശേഷം ഈ ദ്വീപ് സമൂഹം ഇന്ത്യയുടെ ഭാഗമായി 1956 ൽ കേന്ദ്ര ഭരണ പ്രദേശമായി അംഗീകരിക്കപ്പെട്ടു. 1973 ൽ ലക്കദീവ്, അമിനിദിവ് & മിനിക്കോയ് എന്നിവയെ സംയോജിപ്പിച്ച് ലക്ഷദ്വീപ് എന്ന പേര് നൽകി. 1967 ൽ ഒരു പൂർണ്ണ പാർലമെന്റ് മണ്ഡലമായി മാറി.

പല്ലവരാജ്യം ഭരിച്ചിരുന്ന നരസിംഹ വർമ്മന്റെ അധീനതയിലായിരുന്നു ലക്ഷദ്വീപ് എന്ന് വയലൂർ ശാസനത്തിൽ പരാമർശമുണ്ട്. എ ഡി 662 ൽ മദീനയിൽ നിന്ന് ഇസ്ലാംമത പ്രചാരകൻ ഹസ്രത്ത് ഉബൈദുള്ള വരികയും മത പ്രചരണം ആരംഭിച്ചതായും കരുതുന്നു. എ.ഡി പതിനൊന്നാം നൂറ്റാണ്ടിൽ ചിറയ്ക്കൽ രാജവംശത്തിലെ കോലത്തിരി രാജാവിന്റെ അധീനതയിലും പിന്നീട് അറയ്ക്കൽ രാജവംശത്തിന് കീഴിലുമായിരുന്നു ഈ പ്രദേശങ്ങൾ. അറയ്ക്കൽ ഭരണകാലത്ത് അമിത നികുതി ഭാരം അടിച്ചേൽപ്പിച്ചതിനെതിരെ പ്രതികരിച്ച അഗത്തിയിലെ ബലിയ ഇല്ലം കുഞ്ഞഹമ്മദിനെ അധികാരികൾ കുടുംബസമ്മേതം വകവരുത്തി. അമിനി ദ്വീപിലും അക്രമം അഴിച്ചുവിട്ടു. എന്നാൽ ഇതിനെതിരെ ദ്വീപ് നിവാസികൾ ശക്തമായി പ്രതികരിക്കുകയും മൈസൂർ രാജാവായിരുന്ന ടിപ്പു സുൽത്താനോട് പരാതിപ്പെടുകയും ചെയ്തു. തുടർന്ന് അറയ്ക്കൽ രാജകുടുംബവുമായി ചർച്ച നടത്തിയ മൈസൂർ അധികൃതർ അറയ്ക്കൽ രാജ്യത്തിന് മൈസൂരിന്റെ കുറച്ച് പ്രദേശങ്ങൾ വിട്ടുകൊടുക്കുകയും അറയ്ക്കൽ രാജ്യപരിധിയിലുണ്ടായിരുന്ന ലക്ഷദ്വീപിലെ അഞ്ച് ദ്വീപുകൾ ഏറ്റെടുക്കുകയും ചെയ്തു. ടിപ്പുവിനെ ബ്രിട്ടീഷുകാർ വകവരുത്തിയതോടെ മൈസൂർ ഭരണം അവസാനിച്ചു. അക്കാലത്ത് മറ്റു ദ്വീപുകൾ അറയ്ക്കൽ രാജഭരണത്തിനു കീഴിലായിരുന്നു. കണ്ണൂരിൽ ബ്രിട്ടീഷ് അധിനിവേശം യാഥാർത്ഥ്യമായതോടെ അറയ്ക്കൽവംശം നിഷ്പ്രഭമായി. തുടർന്ന് മറ്റു ദ്വീപുകളുടെ അധികാരവും അവർക്ക് നഷ്ടപ്പെട്ടു. കണ്ണൂർ, മലബാർ പ്രദേശങ്ങളുടെ ഭാഗമായിരുന്ന ദ്വീപുകൾ 1905 ൽ പൂർണ്ണമായി ബ്രിട്ടീഷ് അധീനതയിലായി. ദ്വീപിലെ ജനങ്ങളെ കീഴടക്കിയ ആദ്യ യൂറോപ്യൻ ശക്തി പോർച്ചുഗീസുഥാരാണ്. അറയ്ക്കൽ രാജാവിന്റെ പ്രതിനിധികളായി വന്നവർ പോർച്ചുഗീസുകാരോട് സൗഹൃദം സ്ഥാപിച്ചു. എന്നാൽ പിന്നീട് അവ

രുമായി ഏറ്റുമുട്ടി. അവശേഷിച്ച പോർച്ചുഗീസുകാർ തക്കം പാർത്ത് ദ്വീപിലുള്ളവരെ ആക്രമിച്ചെങ്കിലും ശക്തമായ തിരിച്ചടി നേരിടേണ്ടിവന്നു. അവർക്കെതിരെ പൊരുതി രക്തസാക്ഷിത്വം വരിച്ച ധീരന്മാരെ ഇപ്പോഴും ദ്വീപുകാർ ഓർമ്മിക്കുന്നു. മലബാർ സമരം, ഇന്ത്യൻ സ്വാതന്ത്ര്യസമരം എന്നിവയിൽ പങ്കെടുത്ത ദ്വീപുനിവാസികളുമുണ്ട്. ദ്വീപുകളുടെ ഭരണ സിരാകേന്ദ്രം ഒരുകാലത്ത് മംഗലാപുരവും പിന്നീട് മലബാറുമായിരുന്നു. ഇന്ത്യക്ക് സ്വാതന്ത്ര്യം ലഭിക്കുമ്പോൾ, ദ്വീപുകൾ കേരളത്തോട് ചേരുന്നതാണോ യൂണിയൻ പ്രദേശമായി മാറുന്നതാണോ നല്ലത് എന്ന ചൂടേറിയ ചർച്ച നടന്നു. കേന്ദ്രഭരണപ്രദേശമായി മാറുന്നത് ലക്ഷദ്വീപിന് ഗുണം ചെയ്യുമെന്നു വാദിച്ചവരുണ്ട്. എന്നാൽ യൂണിയൻ പ്രദേശമായാൽ ഭരണ നിർവഹണത്തിന്റേതായ പ്രശ്നങ്ങൾ ഉടലെടുക്കുമെന്ന് ആശങ്ക ഉന്നയിക്കപ്പെട്ടു. കേരളത്തോട് ചേരണം എന്ന അഭിപ്രായത്തിന് മുൻകൈ ലഭിച്ചെങ്കിലും അഖിലേന്ത്യാടിസ്ഥാനത്തിലുള്ള തീരുമാനം മറിച്ചായിരുന്നു.

ഇന്ത്യയുടെ തെക്കുപടിഞ്ഞാറ് ദിശയിലാണ് ലക്ഷദ്വീപിന്റെ സ്ഥാനം, കേരളത്തിന്റെ പടിഞ്ഞാറു ഭാഗത്താണ് ലക്ഷദ്വീപ് സ്ഥിതി ചെയ്യുന്നത്. പ്രധാനപ്പെട്ട തൊഴിൽ മേഖലകൾ മത്സ്യബന്ധനം, മത്സ്യ ഉത്പ്പന്നങ്ങളുടെ വിപണനം, നാളികേരാധിഷ്ഠിത ഉത്പന്നങ്ങളുടെ വിപണനവും കയറ്റുമതിയുമാണ്. ദ്വീപിന്റെ ഭൂമിശാസ്ത്രപരമായ പ്രത്യേകതകളും ജനവാസത്തിന് യോഗ്യമായ ഭൂമിയുടെ ദൗർലഭ്യതയും തൊഴിൽ മേഖലയെ ബാധിക്കുന്നുണ്ട്. കൊപ്ര, കയർ, തേങ്ങ, പായ എന്നിവയുടെ കയറ്റുമതിയിലൂടെയാണ് വരുമാനം ലഭിക്കുന്നത്. ട്യൂണ (ചൂര) വ്യവസായമാണ് പ്രധാന വരുമാന മാർഗം. സാമൂഹികവും സാമ്പത്തികവുമായും പിന്നോക്കാവസ്ഥയുടെ അടിസ്ഥാനത്തിലാണ് ലക്ഷദ്വീപ് ജനതയെ പട്ടികവർഗ്ഗമായി പരിഗണിക്കുന്നത്. വലിയ വ്യവസായങ്ങളോ വൻകിട വാണിജ്യ സംരംഭങ്ങളോ ദ്വീപിൽ ഇല്ല. ദ്വീപു നിവാസികൾക്ക് മലബാറുമായുള്ള ബന്ധം അതിപുരാതനകാലം മുതലുള്ളതാണ്. ഗതാഗതത്തിന് പ്രധാനമായി ആശ്രയിക്കുന്നത് കൊച്ചിയിൽ നിന്നും വിമാന – ഹെലികോപ്റ്റർ സർവ്വീസുകളെയും കൊച്ചി, ബേപ്പൂർ എന്നിവിടങ്ങളിൽ നിന്ന് പുറപ്പെടുന്ന കപ്പലുകളെയുമാണ്. ബേപ്പൂരിൽ നിന്നുള്ള ചരക്കു കപ്പലുകളിൽ ദ്വീപിലേക്കു വേണ്ട അവശ്യ സാധനങ്ങൾ കൊണ്ടു വരുന്നു. നിർമ്മാണ സാമഗ്രികൾ, മാംസവിഭവങ്ങൾ, മറ്റ് ഉപകരണങ്ങൾ എന്നിവയെല്ലാം ദ്വീപിലേക്ക് എത്തിക്കുന്നത് കോഴിക്കോട് നിന്നാണ്.

1987 ൽ ആണ് ബംഗാരം ദ്വീപിനെ ടൂറിസ്റ്റ് കേന്ദ്രമാക്കാനുള്ള പദ്ധതി നടപടി ആരംഭിക്കുന്നത്. രാജീവ് ഗാന്ധി പ്രധാനമന്ത്രിയായിരുക്കുമ്പോഴായിരുന്നു ഇത്. 1988 ലാണ് കവരത്തിയിൽ വിമാനത്താവളം ആരംഭിക്കുന്നത്. തുടർന്ന് ബംഗാരത്ത് ഒരു സ്വകാര്യ റിസോർട്ട് ആരംഭിച്ചു. പ്രകൃതിയെ ചൂഷണം ചെയ്യാതെയുള്ള നിർമ്മിതിയായിരുന്നു. ജീവനക്കാർ ഉൾപ്പെടെ നൂറുപേർക്കു മാത്രം പ്രവേശനം. തുടർന്ന് മറ്റു ദ്വീപുകളിലും

ചെറിയ ചെറിയ ടൂറിസ്റ്റ് സങ്കേതങ്ങൾ ആരംഭിച്ചു. ഇപ്പോൾ നേച്ചർ ടൂറിസം ആന്റ് സ്പോട്സ് പ്രോമോഷൻ കൗൺസിലാണ് ട്യൂറിസം മേഖലയെ നിയന്ത്രിക്കുന്നത്. പ്രകൃതി സൗഹൃദ വിനോദ സഞ്ചാരമാണ് ലക്ഷ്യം. സ്കൂബ ഡ്രൈവിംഗ്, ബോട്ടിംഗ് എന്നിവയുമുണ്ട്. പ്രത്യേകം പെർമിറ്റ് ഉണ്ടെങ്കിലേ പുറത്തു നിന്നുള്ളവർക്ക് ദ്വീപിൽ പ്രവേശനം ലഭിക്കൂ. കൊച്ചിയിൽ നിന്നാണ് പെർമിറ്റ് എടുക്കേണ്ടത്. സർക്കാർ, സ്വകാര്യ ടൂർ പാക്കേജുകൾ, ദ്വീപിലെ ഏതെങ്കിലും ഒരു വ്യക്തിയുടെ ക്ഷണപ്രകാരം നൽകുന്ന എൻ ഒ സി എന്നിവയുടെ അടിസ്ഥാനത്തിൽ ദ്വീപ് സന്ദർശിക്കാവുന്നതാണ്.

ബ്ലോക്ക് വികസന സമിതി, ദ്വീപ് സിറ്റിസൺസ് കൗൺസിൽ എന്നിവ തുടക്കകാലത്ത് പ്രവർത്തിച്ചു. പിന്നീടാണ് ദ്വീപു പഞ്ചായത്തും ജില്ലാ പഞ്ചായത്തും രൂപീകരിച്ചത്. എൻ സി പി, ജനതാദൾ, കോൺഗ്രസ്സ്, സി പി ഐ (എം) എന്നീ പാർട്ടികളാണ് ലക്ഷദ്വീപിലെ രാഷ്ട്രീയ ശക്തികൾ. പി എം സെയ്ദ്, അദ്ദേഹത്തിന്റെ മകൻ ഹംദുള്ള സെയ്ദ് എന്നിവർ കോൺഗ്രസ്സിന്റെ എം പിമാരായിരുന്നു. ഇപ്പോൾ സി പി ഐ (എം) പ്രധാന പാർട്ടിയായി വളർന്നിട്ടുണ്ട്. എൻ സി പിയുടെ ബി പി മുഹമ്മദ് ഫൈസൽ ആണ് ഇപ്പോഴത്തെ പാർലമെന്റ് അംഗം. എസ് എഫ് ഐയും ഡി വൈ എഫ് ഐയും ലക്ഷദ്വീപ് സ്റ്റുഡന്റ്സ് അസോസിയേഷനും പ്രവർത്തിക്കുന്നു. ഹൈസ്കൂൾ, ജൂനിയർ, സീനിയർ, ബേസിക് സ്കൂളുകൾ സി ബി എസ് ഇ സ്കൂളുകൾ, നവോദയ, ഹയർസെക്കണ്ടറി സ്കൂളുകൾ, കേന്ദ്രീയ വിദ്യാലയം എന്നിങ്ങനെ മുപ്പതോളം വിദ്യാലയങ്ങൾ പ്രവർത്തിക്കുന്നുണ്ട്. കാലിക്കറ്റ് സർവ്വകലാശായുടെ കീഴിലെ ഉന്നത വിദ്യാഭ്യാസ സ്ഥാപനങ്ങളുമുണ്ട്.

രാഷ്ട്രീയ പശ്ചാത്തലം

ബി ജെ പിയുടെ മുൻ നേതാവ് പ്രഭുൽ ഗോഡ പട്ടേലാണ് ഇപ്പോൾ ലക്ഷദ്വീപ് അഡ്മിനിസ്ട്രേറ്റർ. അതിനുമുൻപ് ദിനേശ്വർ ശർമ്മയായിരുന്നു ദ്വീപിന്റെ അഡ്മിനിസ്ട്രേറ്റർ. അദ്ദേഹത്തിന്റെ മരണ ശേഷമാണ് പട്ടേൽ എത്തുന്നത്. ഗുജറാത്തിലെ ആർ ആർ എസ് നേതാവായിരുന്ന ഗോഡ ഭായ് രഞ്ജോട് ഭായ് പട്ടേലിന്റെ മകനാണ്. 2007 ൽ അദ്ദേഹം ഗുജറാത്തിലെ നിയമസഭാംഗമായി. സൊഹ്റാബ്ദീൻ ഷെയ്ക്ക് വ്യാജ ഏറ്റുമുട്ടൽ കൊലപാതകത്തിനുശേഷം അമിത്ഷാ ജയിലിൽ അടയ്ക്കപ്പെട്ടപ്പോൾ ആഭ്യന്തരമന്ത്രിയായത് പ്രഭുൽ ഗോഡ പട്ടേൽ ആയിരുന്നു. 2012 ലെ നിയമസഭ തിരഞ്ഞെടുപ്പിൽ പരാജയപ്പെട്ടു. 2016–ൽ ദാദ്ര & നാഗർ ഹവേലിയുടെയും ദാമൻ & ദിയുവിന്റെയും അഡ്മിനിസ്ട്രേറ്റർ പദവി നൽകി. ഐ എ എസ് ഓഫീസർമാരായിരുന്നു കാലങ്ങളായി അവിടെയും അഡ്മിനിസ്ട്രേറ്റർമാരായി പ്രവർത്തിച്ചത്. ദാമൻ & ദിയുവിലെ ജനങ്ങളെ പീഡിപ്പിച്ച് കുപ്രസിദ്ധനായ ആളാണ് പ്രഭുൽ ഗോഡ പട്ടേൽ. കടൽത്തീരത്തെ ആശ്രയിച്ചു കഴിഞ്ഞ മത്സ്യത്തൊഴിലാളികളായ തദ്ദേശ

ജനതയോട് ക്രൂരമായി പെരുമാറി. ദാമനീസ് വിഭാഗത്തിൽപ്പെട്ട മത്സ്യത്തൊഴിലാളികളെ വേട്ടയാടി. തീരദേശത്തെ കുടിലുകൾ പൊളിച്ചു. ദാദ്ര, നാഗർ ഹാവേലിയിൽ മൂന്നു പതിറ്റാണ്ടുകാലം സ്വതന്ത്രപാർലമെന്റ് അംഗമായിരുന്ന മോഹൻ ദേൽക്കറെ ബി.ജെ.പി–യിലേക്ക് സ്വാധീനിക്കാനും അതിന് വഴിപ്പെടാത്തതുകൊണ്ട് പൊതുപരിപാടികളിൽ നിന്ന് ഒഴിവാക്കി അപമാനിക്കുകയും ചെയ്തു. ഒടുവിൽ അദ്ദേഹം മുംബൈയിൽ ആത്മഹത്യ ചെയ്തു. പ്രഭുൽ ഗോഡ പട്ടേൽ ഉൾപ്പെടെയുള്ളവർക്കെതിരെ പോലീസ് കേസെടുത്തു. ദാദ്ര, നാഗർ ഹവേലിയിൽ കളക്ടറായിരുന്ന മലയാളി കണ്ണൻ ഗോപിനാഥനെയും മാനസികമായി പീഡിപ്പിക്കുകയായിരുന്നു. ഒടുവിൽ രാജിവയ്ക്കേണ്ടി വന്നു.

സ്വാതന്ത്ര്യത്തിന് മുമ്പ് പോർച്ചുഗീസുകാരുടെ കീഴിലായിരുന്നു ദാമൻ & ദിയു. പിന്നീട് അവിഭക്ത ഇന്ത്യയുടെ ഭാഗമായി. 2019 നവംബർ മാസത്തിലാണ് അവിടുത്തെ തീരദേശ ജനതയ്ക്ക് നേരെ ഭരണകൂട ഭീകരത അരങ്ങേറിയത്. നിരവധി കുടുംബങ്ങളെ കുടിയൊഴിപ്പിച്ചു. നൂറ്റാണ്ടുകളായി തീരത്ത് ജീവിച്ചവരെ നിർദ്ദാക്ഷിണ്യം അവിടെ നിന്ന് പുറത്താക്കി. മത്സ്യബന്ധന ഉപകരണങ്ങൾ, സ്വത്തു വകകൾ എന്നിവ നശിപ്പിച്ചു. ബുൾഡോസർ, മറ്റ് ഉപകരണങ്ങൾ എന്നിവ പ്രയോഗിച്ച് വീടുകളെ തകർത്തു. നിരവധിപേരെ ജയിലിലടച്ചു. നേപ്പാളിലെ ടൂറിസം വ്യവസായിയും കോടിശ്വരനുമായ ബിനോ ചൗധരിയുടെ ഭീമൻ പദ്ധതിക്കു വേണ്ടിയാണ് തീരജനതയെ ഒഴിപ്പിച്ചത്. കാശ്മീരിലും ലക്ഷദ്വീപിലും പ്രാദേശിക വാസികളുടെ ഭൂമിയും സ്വത്തും കവർന്നെടുക്കാൻ നടത്തിയ നീക്കങ്ങളെ ഇതിനോട് ചേർത്ത് വായിക്കേണ്ടതുണ്ട്.

റെഗുലേഷനുകൾ പ്രത്യാഘാതങ്ങൾ

കേന്ദ്രഭരണ പ്രദേശങ്ങളിൽ പ്രസിഡന്റിനു വേണ്ടി അഡ്മിനിസ്ട്രേറ്ററാണ് ഭരണം നടത്തുന്നത്. സദ്ഭരണം, പുരോഗതി, സമാധാനം എന്നിവ മുൻനിർത്തി റെഗുലേഷനുകൾ കൊണ്ടുവരാൻ അധികാരമുണ്ട്. ഭരണഘടന അനുച്ഛേദം 240 (2) പ്രകാരം പാർലമെന്റ് പാസ്സാക്കുന്ന നിയമങ്ങൾ പോലെ തന്നെ റെഗുലേഷനുകൾക്കും നിയമ സാധുതയുണ്ട്. എന്നാൽ ലക്ഷദ്വീപിൽ നടപ്പാക്കാൻ ഉദ്ദേശിക്കുന്നത് ഏറ്റവും ജനവിരുദ്ധമായ നയങ്ങളും നിയമങ്ങളുമാണ്.

ഭൂമിയുടെ ഉപയോഗം, വിഭജനം, ബൃഹത് പദ്ധതികൾക്കായി ഭൂമി അനുവദിക്കുന്നത് സംബന്ധിച്ചുള്ള കാര്യങ്ങൾ, വിമാനത്താവളം, റെയിൽവേ, വലിയ റോഡുകൾ എന്നിവയ്ക്കായുള്ള ഭൂവിനിയോഗം എന്നിവ സംബന്ധിച്ച പുതിയ നിയമങ്ങൾ ഗുരുതര ഭവിഷ്യത്തുകൾ വിളിച്ചു വരുത്തുന്നതാണ്. ലക്ഷദ്വീപ് വികസന അതോറിറ്റി നിശ്ചയിക്കുന്ന പ്രദേശങ്ങളിൽ പ്രത്യേക പ്ലാൻ രൂപീകരിക്കും. അങ്ങനെ നിശ്ചയിക്കപ്പെടുന്ന സ്ഥലത്ത് ദ്വീപ് നിവാസികൾക്ക് മറ്റു നിർമ്മാണ പ്രവർത്തനത്തിന് പ്രത്യേക അനുമതി വേണ്ടിവരും. എത്ര ചെറിയ നിർമ്മാണത്തിന് പോലും

ഇത് ആവശ്യമാണ്. ഖനനം, ക്വാറി, ഭൂമി ഏറ്റെടുക്കൽ, ഭൂമി നൽകൽ എന്നിവയെല്ലാം അതോറിറ്റിയുടെ പരിധിയിലാണ്. അതോറിറ്റിയുടെ തീരുമാനങ്ങൾക്ക് വിഘാതമുണ്ടാക്കുന്നവരെ ജയിലിൽ അടയ്ക്കും. ജനങ്ങളെ കുടിയൊഴിപ്പിക്കാനും അവരുടെ ഭൂമി ഏറ്റെടുക്കാനും അതോറിറ്റിക്ക് അധികാരമുണ്ട്. മൂന്ന് വർഷത്തിലൊരിക്കൽ ഭൂമിയുടെയും കെട്ടിടങ്ങളുടെയും മേലുള്ള ഉടമസ്ഥത പുതുക്കേണ്ടതാണ്. അപ്രകാരം പുതുക്കിയില്ലെങ്കിൽ ഉടമസ്ഥത നഷ്ടപ്പെടാൻ ഇടയുണ്ട്. രണ്ടര ലക്ഷം രൂപ വരെ പിഴ അടക്കേണ്ടിയും വരും.

പരിസ്ഥിതിലോല പ്രദേശങ്ങളിൽ വിനോദ സഞ്ചാരത്തിന്റെ പേരിലുള്ള വികസന പദ്ധതി അടിച്ചേൽപ്പിക്കുന്നത് ആത്മഹത്യാപരമാണ്. തീരത്തെ കണ്ണുവച്ച് വൻകിട ടൂറിസ്റ്റ് ഭീമന്മാർ വരുന്നുണ്ടെന്ന വാർത്തകൾ ആശങ്കപ്പെടുത്തുന്നതാണ്. ഭൂമി വാങ്ങാനുള്ള അവകാശം നിലവിൽ ദ്വീപു നിവാസികൾക്ക് മാത്രമാണുള്ളത്. എന്നാൽ വൻകിട കോർപ്പറേറ്റുകൾ വരുന്നതോടെ തങ്ങളുടെ ഭൂമിയിൽ നിന്ന് കുടിയിറക്കപ്പെടുമോ എന്ന ഭീതിയിലാണ് ജനങ്ങൾ.

'സാമൂഹ്യവിരുദ്ധമായി' പെരുമാറുന്നു എന്ന് അഡ്മിനിസ്ട്രേറ്റർക്ക് തോന്നുന്ന ഏതൊരാളെയും ഒരു വർഷം കരുതൽ തടങ്കലിൽ വയ്ക്കാനുള്ള നിയമം വരികയാണ്. കരുതൽ തടങ്കലിന് വിധേയനാവുന്ന ആൾ അതിന് അർഹനാണെങ്കിൽ വസ്തുതാപരമായ കാരണങ്ങൾ കോടതിയെ ബോധിപ്പിച്ചും കോടതിയുടെ അനുവാദത്തോടെയും വേണം തടങ്കലിൽ പാർപ്പിക്കേണ്ടത്. എന്നാൽ ഇവിടെ അഡ്മിനിസ്ട്രേറ്റർ ആണ് അതോറിറ്റി. അഡ്മിനിസ്ട്രേറ്റർ അല്ലെങ്കിൽ അദ്ദേഹം നിയോഗിക്കുന്ന ഉദ്യോഗസ്ഥർ, പോലീസ് എന്നിവർക്ക് നിയമവിരുദ്ധ പ്രവർത്തനം ബോധ്യപ്പെട്ടാൽ ആരെയും എവിടെയും കടന്നു കയറി പരിശോധിക്കാനും സാധന – സാമഗ്രികൾ പിടിച്ചെടുക്കാനും അധികാരം ലഭിക്കുന്നു. കുറ്റകൃത്യനിരക്ക് ഏറ്റവും കുറഞ്ഞ നാടാണ് ലക്ഷദ്വീപ്. സ്ത്രീകൾക്ക് സ്വൈരസഞ്ചാരവും സുരക്ഷയും ഉറപ്പാക്കുന്ന പ്രദേശമാണ്. നാഷണൽ ക്രൈം റെക്കോർഡ്സ് ബ്യൂറോയുടെ കണക്കുകൾ ഇത് വ്യക്തമാക്കുന്നു. സമാധാനാന്തരീക്ഷം നിലനിൽക്കുന്ന പ്രദേശത്ത് ജീവിക്കുന്നവരെ, സാമൂഹ്യവിരുദ്ധരെ നേരിടുന്ന നിയമങ്ങൾ ഉപയോഗിച്ച് അടിച്ചമർത്തുന്നത് അന്യായമാണ്. പ്രതികളെ പന്ത്രണ്ട് മാസം വരെ കരുതൽ തടങ്കലിൽ പാർപ്പിക്കാനാണ് നീക്കം. അഡ്വൈസറി ബോർഡിനു മുമ്പിൽ ഹാജരാക്കുമ്പോഴും നിയമ സഹായം ലഭിക്കണമെന്നില്ല.

അഡ്മിനിസ്ട്രേറ്ററുടെ 'തൃപ്തി'യുടെ അടിസ്ഥാനത്തിൽ മാത്രം ആരെ വേണമെങ്കിലും കരുതൽ തടങ്കലിൽ വയ്ക്കാം. 'പൊതുസമാധാനത്തിന് ഭംഗം വരുത്തുന്നു' എന്ന് അഡ്മിനിസ്ട്രേറ്റർക്ക് തോന്നുന്ന ഏതൊരു വ്യക്തിയെയും ശിക്ഷിക്കാനുള്ള അവകാശമാണിത്. ഇത്തരം നിയമങ്ങളുടെ സൂക്ഷ്മപരിശോധനയ്ക്കാണ് അഡ്വൈസറി ബോർഡ് സ്ഥാപിക്കുന്നത്. എന്നാൽ ഇവിടെ അഡ്മിനിസ്ട്രേർക്ക് ആവശ്യം വരുന്ന

ഘട്ടത്തിൽ മാത്രം ഇത് രൂപീകരിച്ചാൽ മതി എന്ന് വ്യവസ്ഥ ചെയ്തിരിക്കുന്നു. ഏതുകാര്യത്തിലും അഡ്മിനിസ്ട്രേറ്റർക്ക് വിവേചനാധികാരം ഉണ്ടാവും. അഡ്വൈസറി ബോർഡിനുള്ള അവകാശവും അഡ്മിനിസ്ട്രേറ്റർ കൈയടക്കുന്നു. തടങ്കൽ കാലയളവ് സംബന്ധിച്ച കാര്യത്തിൽ അഡ്വൈസറി ബോർഡിന്റെ 'അഭിപ്രായം ആരായാൻ' വ്യവസ്ഥയുണ്ടെങ്കിലും തടങ്കൽ കാലാവധി നീട്ടാനും പുനഃക്രമീകരിക്കാനും അഡ്മിനിസ്ട്രേറ്റർക്ക് പരമാധികാരമുണ്ട്. ഹൈക്കോടതി ജഡ്ജി പദവിയിലുള്ള ആൾ ബോർഡിൽ ഉണ്ടാകുമെങ്കിലും ബോർഡിന്റെ അഭിപ്രായം കേട്ട ശേഷം അതിന് വിരുദ്ധമായ തീരുമാനം കൈക്കൊള്ളാൻ അഡ്മിനിസ്ട്രേറ്റർക്ക് അധികാരമുണ്ട്. ഉത്തമ വിശ്വാസത്തിൽ എടുക്കുന്ന തീരുമാനങ്ങൾക്ക് നിയമപരിരക്ഷ ലഭിക്കുകയും ചെയ്യും.

ലക്ഷദ്വീപ് മൃഗസംരക്ഷണ റെഗുലേഷൻ, ഭക്ഷണ സ്വാതന്ത്ര്യത്തിനും പൗരാവകാശങ്ങൾക്കും എതിരാണ്. ഇന്ത്യ മുഴുവൻ ബീഫ് നിരോധനം നടപ്പാക്കാനുള്ള മോദിസർക്കാരിന്റെ നയം തന്നെയാണ് ലക്ഷദ്വീപിലും പ്രാവർത്തികമാവുന്നത്. പശു, കാള എന്നിവയുടെ കശാപ്പ് നിരോധിക്കുന്നതാണ് മൃഗസംരക്ഷണ റെഗുലേഷൻ. ബീഫ് കൈയിൽ വച്ചാൽ പോലും കുറ്റകൃത്യമാവുന്നു. ഗോവധത്തിന് പത്തുവർഷം മുതൽ ജീവപര്യന്തം വരെ തടവ് വ്യവസ്ഥ ചെയ്യപ്പെട്ടിരിക്കുന്നു. മതാനുഷ്ഠാനങ്ങളുടെ ഭാഗമായുള്ള കശാപ്പ് ആണെങ്കിൽ അതിന് ദ്വീപ് അധികൃതരിൽ നിന്ന് പ്രത്യേക സർട്ടിഫിക്കറ്റ് വാങ്ങേണ്ടിവരും. നൂറ്റാണ്ടുകളായി തുടർന്നു വരുന്ന ഭക്ഷണ രീതിയേയും സംസ്കാരത്തെയും തിരസ്കരിച്ചുകൊണ്ടാണ് കരിനിയമങ്ങൾ അടിച്ചേൽപ്പിക്കുന്നത്. അതോടൊപ്പം സ്കൂൾ വിദ്യാർത്ഥികളുടെ മെനുവിൽ നിന്ന് മാംസാഹാരം ഒഴിവാക്കി. ഇതിനെതിരെ സുപ്രീം കോടതി നിലപാട് എടുത്തു. ഓരോരുത്തരും എന്തു കഴിക്കണമെന്ന് തീരുമാനിക്കുന്നത് അവരുടെ അഭിരുചിയുടെയും ജീവിക്കാനുള്ള ഭരണഘടനാപരമായ അവകാശത്തിന്റെയും ഭാഗമാണ്. അതിൽ ഭരണകൂടം കടന്നുകയറുന്നത് ഗുരുതര പ്രത്യാഘാതം സൃഷ്ടിക്കും. കടുത്ത മനുഷ്യാവകാശ ലംഘനവും വ്യക്തി സ്വാതന്ത്ര്യത്തിനു നേരെയുള്ള കടന്നാക്രമണവും ആണ് പഞ്ചായത്ത് തിരഞ്ഞെടുപ്പ് സംബന്ധിച്ച കാര്യങ്ങളിലുള്ളത്. രണ്ടിൽ കൂടുതൽ കുട്ടികൾ ഉള്ള ആൾ തിരഞ്ഞെടുപ്പിൽ മത്സരിക്കാൻ അയോഗ്യനാണ് എന്നാണ്. ഇത് പ്രാബല്യത്തിൽ വന്നു കഴിഞ്ഞ് രണ്ടിൽ കൂടുതൽ മക്കൾ ഉണ്ടായാൽ തിരഞ്ഞെടുപ്പിൽ മത്സരിക്കാൻ അയോഗ്യത കല്പിക്കപ്പെടും. നിലവിൽ രണ്ട് മക്കൾ ഉള്ളവർക്ക് മൂന്നാമതൊരു കുഞ്ഞുണ്ടായാൽ മത്സരിക്കാൻ കഴിയില്ല.

കൊച്ചിയിലെ കേരള ഹൈക്കോടതി പരിധിയിലാണ് ലക്ഷദ്വീപ് സ്ഥിതിചെയ്യുന്നത്. അമിനി, കവരത്തി, ആന്ത്രോത്ത് ദ്വീപുകളിൽ അസിസെഷൻസ് കോടതികൾ പ്രവർത്തിക്കുന്നു. ദ്വീപുകളിൽ സബ്ഡിവിഷണൽ മജിസ്ട്രേറ്റുമാർ ഉണ്ട്. സ്വദേശികളാണ് ഈ പദവികളിൽ പ്രവർത്തിച്ചു വന്നത്. ഇത്തരം പദവികളിലെ നിയമനങ്ങൾ, സ്ഥലം മാറ്റം ഉൾപ്പെ

ടെയുള്ള വിഷയങ്ങളിലും അഡ്മിനിസ്ട്രേറ്റർ അനധികൃതമായി ഇടപ്പെട്ടു. സബ് ഡിവിഷൻ മജിസ്ട്രേറ്റുമാരെ പിരിച്ചുവിട്ടു. അസിസ്റ്റന്റ്: പബ്ലിക് പ്രോസികൃൂട്ടർമാരെ സ്ഥലം മാറ്റിയതിനെതിരെ ഹൈക്കോടതി നിലപാട് എടുത്തത് അഡ്മിനിസ്ട്രേറ്റർക്ക് ലഭിച്ച താക്കീതാണ്. ലക്ഷദ്വീപിനു വേണ്ടി രാജ്യത്ത് ജനാധിപത്യവാദികളുടെ ശബ്ദമുയർന്നു കഴിഞ്ഞു.

ഉപസംഹാരം

നാം ലക്ഷദ്വീപ് ജനതയോടൊപ്പം ചേരുകയാണ്. ലക്ഷദ്വീപിനൊപ്പം എന്ന് പറഞ്ഞറിയിക്കുന്നതിനപ്പുറം മനുഷ്യത്വമുള്ള ജനതയാകെ അവരോടൊത്ത് അലിഞ്ഞു ചേരുകയും അണിചേരുകയും ചെയ്തുകഴിഞ്ഞു. അമിതാധികാരവും കോർപ്പറേറ്റിസവും തമ്മിലുള്ള അവിശുദ്ധസഖ്യമാണ് ഫാസിസമെന്ന് നിർവചിച്ചത് അതിന്റെതന്നെ പ്രഥമ പ്രയോക്താക്കളിലൊരാളായ മുസോളിനിയാണ്. കോർപ്പറേറ്റ് താൽപ്പര്യങ്ങൾക്കും വർഗ്ഗീയ നൃശംസതയ്ക്കുമായി ഒരു ജനതയുടെ സംസ്കാരത്തെയും ആത്മാവിനെയും ഹനിക്കുമ്പോൾ, അതിനെതിരായ സമരത്തിൽ രാജ്യത്തെ ജനതയൊന്നാകെ സാധ്യമാംവിധം ഐക്യദാർഢ്യപ്പെടുകയും അനീതിയോട് കലഹിക്കുകയും ചെയ്യുന്നു. അപ്പോഴും സഹിഷ്ണുതയുടെ ലവലേശമില്ലാത്ത, മസ്തിഷ്കത്തിൽ, വിചിത്രയുക്തികൾ ചേരുന്ന അന്യന്റെ ജീവനാവകാശം മനസിലാക്കാൻ കഴിയാത്ത ഒരുകൂട്ടരും അവരുടെ ഗ്വാ ഗ്വാ വിളികളും നാം കാണുന്നുണ്ട്.

ദ്വീപിൽ നിന്നു നാം കേട്ട വാർത്തകൾ നല്ലതേയല്ല, നടപ്പിലാക്കുന്ന കാര്യങ്ങൾ ജനാധിപത്യ മൂല്യങ്ങൾക്കു നിരക്കുന്നതല്ല എന്നതിനുമുപരി ഒരു സമൂഹത്തെ എല്ലാവിധത്തിലും കൊല്ലാൻ വാളോങ്ങി നിർത്തിയിരിക്കുകയാണവിടെ. സാമ്പത്തികമായി, സാമൂഹികമായി, സാംസ്കാരികമായി ജീവിതത്തിന്റെ എല്ലാ അടരുകളെയും ഓരോന്നായും ഒന്നിച്ചും കുത്സിതമായ ആസൂത്രണത്തിലൂടെയും ആക്രമണത്തിലൂടെയും തകർത്ത്, ആ തുരുത്തുകളെ വിറ്റു തുലയ്ക്കുന്ന ലക്ഷ്യത്തിലേക്ക് അടുത്തുകൊണ്ടേയിരിക്കുകയാണ്. സമഗ്രമായ അനിധിവേശ പദ്ധതിയാണ് അടുക്കളയിൽ വേവുന്നത്. വർഗ്ഗീയതയുടെയും വിദ്വേഷത്തിന്റെയും വംശഹത്യപരതയുടെയും രുചിക്കൂട്ടുകളാണ് കേന്ദ്രത്തിന്റെ ഉപശാലകളിൽ അതിനായി തയ്യാറാക്കപ്പെട്ടിട്ടുള്ളത്. ദ്വീപു ജനതയുടെ ഭക്ഷണത്തിൽ, തൊഴിലിൽ, ഭൂമിയിൽ, കൃഷിയിൽ, സ്വത്തിലെല്ലാം കൈകടത്തി, അഹിതമായവ അടിച്ചേൽപ്പിച്ച്, അതിലൂടെ സ്വാസ്ഥത്തിന്റെയും, സ്വൈരത്തിന്റെയും നല്ല നാടിനെ തകർക്കുകയാണ്. ലക്ഷദ്വീപിനൊപ്പം നിന്നേ മതിയാവൂ. സമാധാനത്തിന്റേയും സാഹോദര്യത്തിന്റെയും സന്തോഷത്തിന്റെയും ആ തുരുത്തുകളെ അങ്ങനെതന്നെ നിലനിർത്തേണ്ടതുണ്ട്. മലനാളത്തെ മധുരമായിമാനിക്കുന്ന, കരയെന്നാൽ കേരളമെന്ന് കരുതുന്ന, സ്നേഹം കൊണ്ടുള്ള കടലാസു തോണികളാൽ നമ്മോട് ബന്ധിക്കപ്പെട്ടവരെന്ന നിലയിൽ നമുക്കവരെ ചേർത്തുപിടിക്കേണ്ടതുണ്ട്.

മേജർ രവിയുടെ സിനിമയും ക്രിക്കറ്റ് സ്റ്റേഡിയങ്ങളിലെ ആർപ്പുവിളിയുമല്ല യഥാർത്ഥ ദേശീയത. സിനിമ സിനിമയും ക്രിക്കറ്റ് ക്രിക്കറ്റുമാണ്. എന്നാൽ കാശ്മീരിലെ, ലക്ഷദ്വീപിലെ, വടക്കു കിഴക്കൻ നാടുകളിലെ പീഡിത ജനതയുടെ ശബ്ദം നമ്മളെങ്ങനെ വിസ്മരിക്കും. ഈ മഹാരാജ്യത്തെ ഒരു മനുഷ്യനു പോലും താൻ ഒറ്റയ്ക്കാണെന്ന് തോന്നരുത്. ഈ മഹാരാജ്യത്തെ ഏറ്റവും ചെറിയ ശബ്ദത്തിനു പോലും താൻ ചെറുതാണെന്ന് തോന്നരുത്. ലക്ഷദ്വീപിന്റെ സങ്കടങ്ങൾ, അവരുടെ നൊമ്പരങ്ങൾ അനാഥമാകരുത്. രാജ്യത്തെ സ്നേഹിക്കുന്ന ജനതയാണ് നാം. അധികാരധിക്കാരത്തിനു മുന്നിൽ തലകുനിക്കാത്ത സർവ്വ മനുഷ്യരോടുമുള്ള ഐക്യദാർഢ്യമാണ് വേണ്ടത്.

ലക്ഷദ്വീപ് ജനതയുടെ വികാരങ്ങളെ, അവരുടെ സാംസ്കാരിക പാരമ്പര്യത്തെ, വൈവിധ്യ പൂർണ്ണമായ ജീവിത രീതിയെ, തൊഴിലനുഭവങ്ങളെ, തദ്ദേശ സാമൂഹ്യക്രമത്തെ, രാഷ്ട്രീയാവകാശങ്ങളെ, തനത് മൂല്യങ്ങളെ അംഗീകരിക്കലാണ് ഉന്നതമായ ദേശീയബോധം. മാനവികതയും മതനിരപേക്ഷതയും ഫെഡറൽ മൂല്യങ്ങളുമാണ് ഇന്ത്യൻ ദേശീയതയുടെ അടിസ്ഥാനം. ലക്ഷദ്വീപിനായി ശബ്ദിക്കേണ്ടത് ഓരോ രാജ്യസ്നേഹിയുടെയും കടമയാണ്.

പിൻകവിത:

എങ്ങു മനുഷ്യനു ചങ്ങല കൈകളി,
ലങ്ങെൻ കൈയുകൾ നൊന്തീടുകയാ ;
ണെങ്ങോ മർദനമവിടെ പ്രഹരം
വീഴുവതെന്റെ പുറത്താകുന്നു ;
എങ്ങെഴുന്നേല്പാൻ പിടയും മാനുഷ
നവിടെ ജ്ജീവിച്ചീടുന്നു ഞാൻ ;
ഇന്നാഫ്രിക്കയിതെൻനാട,വളുടെ ദു:ഖത്താലേ ഞാൻ കരയുന്നു.
മങ്ങീ കരയും നാടും കാടും കണ്ണുകളകലെക്കാണാതായ്;ത്തിര
പൊങ്ങിപിൻ വാങ്ങുകയാ,ണെന്നാൽ
ഹൃദയം സ്വസ്ഥം ശാന്തബലിഷ്ഠം:
ഉയരാ, നക്രമനീതിക്കെതിരായ്
പ്പൊരുതാ, നൊരുവനുയിർക്കുമ്പോൾ ഞാ-
നപരാജിതനാ,ണെന്നുടെ ജന്മം
സാർഥകമാ,ണവനാകുന്നു ഞാൻ.

(എൻ വി കൃഷ്ണവാര്യർ)